કલમ કાંતિ 2

પ્રફુલ્લા આર. બ્રહ્મભટ્ટ

સામગ્રી

સામગ્રી

સામગ્રી

સામગ્રી

પ્રસ્તાવના

આદરણીય શ્રી પ્રફૂલ્લા બહેનનું કલમ કાંતિ 1 એ લોકચાહના મેળવી પછી કલમ કાંતિ 2ની રચના થઈ રહી છે. કલમ કાંતિ 2 એનાં નામ પ્રમાણે સાહિત્ય જગતમાં એક કાન્તિ, આભા અને નવા પ્રકાશથી ઝળહળતું પદાર્પણ કરશે એવી આશા.

આ પુસ્તકમાં લાઘવિકા એટલે કે લઘુકથાઓનો સમાવેશ કરવામાં આવ્યો છે. એક સુંદર ઉપવનમાં નાની નાની વાર્તાઓ પોતાની સુગંધથી મહેકે છે. શ્રી પ્રફુલ્લા બહેનની કલમે દરેક વાર્તામાં પ્રાણ પૂરેલ છે. આ વાર્તા સંગ્રહની વિશેષતા એ છે કે દરેક વાર્તા બોધદાયક છે. ખૂબ જ સરસ શૈલીમાં લખાયેલી આ વાર્તા નાનાં-મોટાં સૌને વાંચવી ગમે તેવી છે. એટલું જ નહીં પણ શાળાના પુસ્તકાલયમાં પણ ઉપયોગી થાય તેવી છે.

વાર્તાની શરૂઆત, મધ્ય અને અંત જોરદાર છે. દરેક વાર્તાને અર્થપૂર્ણ શીર્ષક આપ્યું છે તેથી વાચકને શીર્ષક વાંચીને વાર્તા વાંચવાનું મન થાય. એક વખત પુસ્તક હાથમાં લીધાં પછી એને મુકવાનું મન ન થાય એવું પુસ્તક છે, વાર્તાઓ વાચકને જકડી રાખે તેવી છે. આધુનિક યુગમાં લોકોને સમયનો અભાવ હોવાથી આ ટૂંકી ટૂંકી વાર્તા વાંચવી ગમે તેવી છે. પ્રફુલ્લાબહેનની કલમે દરેક વાર્તામાં નવાં-નવાં રંગો ભર્યા છે, એ એમની લેખનની સિધ્ધિ કહી શકાય.

વ્યવસાયે એ શિક્ષક હોવાથી બાળકોનાં મનોભાવને વાર્તામાં સુંદર રીતે સાંકળી લીધા છે. કલમ કાંતિ ભાગ 2 દરેક વાચકને વસાવવા જેવું પુસ્તક છે. એ સાહિત્ય જગતમાં આગવી ઓળખ ઊભી કરશે. કલમ કાંતિ 2 એનાં નામ પ્રમાણે સાહિત્ય જગતમાં એક નવી જ કાંતિ અને આભા ફેલાવે એવી શુભકામના.

ઉષા મધુકાન્ત દાવડા

1
શ્રાદ્ધનું નવું સ્વરૂપ

આજે આકાશે પોતાનાં દાદાનું પ્રિય પુસ્તક વાંચ્યું. તેમની યાદમાં, તેણે એ જ પુસ્તક એક ગરીબ બાળકને આપ્યું. આકાશને લાગ્યું કે દાદાને આ ગિફ્ટ ખૂબ જ પસંદ આવશે. દાદા હંમેશાં કહેતા કે "જ્ઞાન એ સૌથી મોટું દાન છે."

આકાશે બાળકને પુસ્તક આપતાં કહ્યું, "આ પુસ્તક મારા દાદાનું હતું. તેમને વાંચવાનો ખૂબ શોખ હતો. હું ઇચ્છું છું કે તું પણ આ પુસ્તક વાંચીને નવી નવી વાતો શીખે." બાળક ખૂબ જ ખુશ થયું અને આકાશનો આભાર માન્યો.

આકાશને આનંદ થયો કે તેણે દાદાની યાદમાં એક સારું કામ કર્યું છે. તેને લાગ્યું કે "શ્રાદ્ધ" એટલે માત્ર મંદિરમાં જઈને પ્રાર્થના કરવી જ નહીં, પરંતુ આપણાં આસપાસનાં લોકો માટે કંઈક સારું કરવું પણ છે.

2
પ્રભુ દર્શન

કનૈયો એક ગરીબ પરિવારમાંથી આવે છે અને એનાં પરિવારને આર્થિક મુશ્કેલીઓનો સામનો કરવો પડે છે. એ દરરોજ ઝરણાં પાસે જઈને પ્રાર્થના કરે છે કે, પ્રભુ એની પરિસ્થિતિ સુધારે. એક દિવસ, એને સ્વપ્ન આવે છે, એક સંત એને કહે છે કે, "એણે ક્યારેય આશા ન છોડવી જોઈએ."

આમ, કનૈયો દરરોજ સવારે એક ઝરણાં પાસે જઈને પ્રાર્થના કરતો. એને લાગતું કે કુદરતમાં જ પ્રભુનો વાસ છે. એક દિવસ, ઝરણા પાસે બેઠો ત્યારે એણે એક પ્રકાશ જોયો. આંખો મીંચીને એ પ્રકાશ તરફ જોયું ત્યારે એને લાગ્યું કે કોઈ એને સ્પર્શ કરી રહ્યું છે. એણે આંખો ખોલી ત્યારે એણે જોયું કે એનાં હાથમાં એક ફૂલ છે. એ ફૂલની સુગંધ એટલી મધુર હતી કે એનાં મનમાં શાંતિનો અનુભવ થયો. એને ખ્યાલ આવ્યો કે પ્રભુ હંમેશાં એની સાથે છે.

3
મહેક અને મિત્રતા

ગણેશ ચતુર્થીનો દિવસ હતો. નાનકડી ગલીમાં રહેતો ચંદન આજે ખૂબ ખુશ હતો. તેનાં ઘરમાં ગણેશજીની મૂર્તિ બિરાજમાન હતી. ચંદન દરરોજ સવારે ગણેશજીને નવાં કપડાં પહેરાવતો, ફૂલો ચઢાવતો અને મોદકનો પ્રસાદ ધરાવતો. આજે તેણે પોતાનાં હાથે મોદક બનાવ્યાં હતાં.

મોદકની મહેક આખી ગલીમાં ફેલાઈ ગઈ હતી. બાજુનાં ઘરનો નાનો રાજુ પણ આ સુગંધથી આકર્ષાયો. તે ચંદનનાં ઘર પાસે આવીને ઊભો રહ્યો. ચંદને રાજુને જોઈને એક મોદક આપ્યો. રાજુએ મોદક ખાધો અને ખૂબ ખુશ થયો.

બંને બાળકો મળીને ગણેશજીનાં ગીતો ગાવા લાગ્યાં. આખી ગલીમાં આનંદનો માહોલ છવાઈ ગયો. ગણેશજીની કૃપાથી બંને મિત્રો વચ્ચેની મિત્રતા વધુ મજબૂત બની.

4
વૃદ્ધાશ્રમ

દાદીમાને વૃદ્ધાશ્રમમાં આવ્યે એક મહિનો થયો હતો. શરૂઆતના દિવસોમાં તો તેમને બહુ જ ઓછું સારું લાગતું. પોતાનાં ઘરની યાદ આવી જતી. પરંતુ ધીમે ધીમે તે અહીંનાં વાતાવરણને અનુકૂળ થઈ ગયાં. અન્ય વૃદ્ધ માતાઓ સાથે તેમની મિત્રતા થઈ ગઈ હતી. સાંજે બધાં મળીને ભજનો ગાતાં, વાર્તાઓ કહેતાં.

એક દિવસ, દાદીમા બગીચામાં બેઠાં હતાં. ત્યાં એક નાનકડો છોકરો આવ્યો. તેણે દાદીમાને પોતાની દાદીની વાતો કરી. દાદીમાને પોતાની દાદીની યાદ આવી ગઈ અને તેમની આંખમાં આંસુ આવી ગયાં. છોકરાએ દાદીમાને ગળે લગાવીને શાંત પાડ્યાં. દાદીમાને લાગ્યું કે આ છોકરો જ તેમનો પૌત્ર છે.

એ દિવસથી દાદીમાનું મન હળવું થઈ ગયું.

5

ભૂતકાળનો પડઘો

જૂની દુકાનનાં ધૂળિયા ખૂણામાં છુપાયેલ, એક પુસ્તક શાંતિથી બેઠું હતું. તેનાં પૃષ્ઠો પર ભૂતકાળનાં અક્ષરો કોતરેલાં હતાં, દરેક વાર્તા કહેવા માંગતાં હતાં. એક યુવાન છોકરી તેને શોધી કાઢે છે, ધૂળ ફૂંકી નાખે છે અને તેનાં પૃષ્ઠો ફેરવે છે. દરેક શબ્દ સાથે, તે એક અજાણી દુનિયામાં પ્રવેશે છે, ભૂતકાળનાં જીવન અને પ્રેમની ઝલક મેળવે છે. પુસ્તક બંધ થયા પછી પણ, વાર્તાઓ તેનાં મનમાં ગુંજી રહી હતી, દરેક પૃષ્ઠ ભૂતકાળનો પડઘો છોડી ગયાં હતાં.

6

સ્વપ્નનું બીજ

એક નાનું બાળક રસ્તા પર ચાલતું હતું, તેનાં હાથમાં એક જૂનું પુસ્તક હતું. તે બાંકડા પર બેસીને ખુલ્લું કરે છે, અને કલ્પના શક્તિની દુનિયામાં ખોવાઈ જાય છે. પુસ્તકના પાનાં તેને દૂરના દેશો, મુસાફરીના સાહસો અને અદ્ભુત જીવોમાં લઈ જાય છે. દરેક વાર્તા સાથે, બાળકમાં સ્વપ્નનું બીજ રોપાય છે, દરેક પુસ્તક તેને લેખક, કલાકાર અને કવિ બનવાની પ્રેરણા આપે છે.

7

મમ્મીનો ખજાનો

ભાઈ-ભાભી પરદેશ જવાનાં હતાં. ઘર છોડતાં પહેલાં, ભાભીએ મમ્મીને ગળે લગાવીને કહ્યું, "મમ્મી, હું તમારી સૌથી પ્રિય વસ્તુ ક્યાં છુપાવી દઉં ?" મમ્મીએ હસીને કહ્યું, "બેટા, મારી સૌથી પ્રિય વસ્તુ તું અને તારો પતિ એટલે કે મારો દીકરો છે. તેને તારા હૃદયમાં સંઘરી રાખ, ક્યાંય છુપાવવાની જરૂર નથી."

8
બિલ્લીનું પ્રાયશ્ચિત

મીઠો નામનો એક નાનકડો બિલ્લો હતો. તેને માછલી ખાવાનું ખૂબ જ પસંદ હતું. એક દિવસ તેણે માલિકની પ્રિય માછલી ચોરીને ખાઈ લીધી. માલિક ખૂબ જ ઉદાસ થઈ ગયો. મીઠો જાણતો હતો કે તેણે ખોટું કામ કર્યું છે. તેને ખૂબ જ દુઃખ થયું.

મીઠો રોજ રાત્રે માલિકના પગ પાસે બેસી રહેતો અને માફી માંગતો. તે માલિકને ખુશ કરવા માટે રમતો રમતો. ધીમે ધીમે માલિકનો ગુસ્સો શાંત થયો. તેણે મીઠાને માફ કરી દીધો. મીઠો ખૂબ જ ખુશ થયો. તેણે ફરી ક્યારેય માલિકની કોઈ વસ્તુ ચોરી ન કરી.

9
ચિત્રકારનું પ્રાયશ્ચિત

રાહુલ એક પ્રતિભાશાળી ચિત્રકાર હતો. તેનાં ચિત્રોમાં એક અનોખો જીવંત સ્પર્શ હતો. પરંતુ તેને કલા કરતાં પૈસા વધુ પ્રિય હતા. એકવાર તેણે એક ખૂબ જ સુંદર ચિત્ર બનાવ્યું. તે ચિત્ર એટલું સુંદર હતું કે તેને તેની કિંમત ખબર ન હતી.

એક દિવસ, એક ધનવાન વ્યક્તિ તેનાં સ્ટુડિયોમાં આવ્યો અને તે ચિત્ર ખરીદવા માંગ્યું. રાહુલે તે ચિત્રની કિંમત ખૂબ જ વધારે રાખી. તે ધનવાને પણ તે કિંમત આપવાની તૈયારી દર્શાવી. પરંતુ રાહુલને એ વાતનો અફસોસ થયો કે તેણે આટલી સુંદર કલાને માત્ર પૈસા માટે વેચી દીધી. રાહુલને રાતોરાત નિંદ્રા આવતી ન હતી. તેને લાગતું હતું કે તેણે કલાની અવગણના કરી છે. આખરે તેણે એ ધનવાન વ્યક્તિને ફોન કર્યો અને તે ચિત્ર પાછું માંગ્યું. તેણે કહ્યું કે તે આ ચિત્ર કોઈ મ્યુઝિયમને દાનમાં આપવા માંગે છે.

ધનવાને રાહુલની નિષ્ઠા જોઈને તે ચિત્ર પાછું આપી દીધું. રાહુલે તે ચિત્ર એક પ્રખ્યાત મ્યુઝિયમને દાનમાં આપ્યું. તેને ખૂબ જ શાંતિ મળી. તેણે સમજી લીધું હતું કે કલા એ માત્ર પૈસા કમાવવાનું સાધન નથી, પરંતુ આત્માની અભિવ્યક્તિ છે.

10
શ્રાદ્ધની શાંતિ

આજે શ્રાદ્ધનું પર્વ હતું. આંગણે બેઠેલા દાદાજી નેત્રો મીંચીને કંઈક યાદ કરી રહ્યા હતા. નાનકડો કુણાલ દાદાજીની પાસે ગયો અને પૂછ્યું, "દાદા, આપ આજે શું યાદ કરો છો?" દાદાજીએ કુણાલને ગળે લગાવીને કહ્યું, "બેટા, આજે મારા માતા-પિતાનો સ્મરણ દિવસ છે. તેઓ હવે આ દુનિયામાં નથી, પરંતુ હું તેમને દરરોજ યાદ કરું છું." કુણાલને આ વાત સમજાઈ નહીં. તેણે પૂછ્યું, "દાદા, આપના માતા-પિતા ક્યાં ગયા છે?" દાદાજીએ મીઠું હસીને કહ્યું, "બેટા, આપણે બધાને એક દિવસ આ દુનિયા છોડીને જવું પડે છે. પરંતુ આપણે તેમને હંમેશા આપણા હૃદયમાં જીવતા રાખી શકીએ છીએ. શ્રાદ્ધ એ દિવસ છે જ્યારે આપણે તેમને યાદ કરીએ છીએ અને તેમના આત્માની શાંતિ માટે પ્રાર્થના કરીએ છીએ." કુણાલે દાદાજીને ગળે લગાવી લીધું. તેને સમજાયું કે મરણ એ જીવનનો એક ભાગ છે અને આપણે જેમને પ્રેમ કરીએ છીએ તેમને હંમેશા યાદ રાખી શકીએ છીએ. દાદાજીએ કુણાલના માથા પર હાથ ફેરવીને કહ્યું, "બેટા, આજે તારા માતા-પિતાને પ્રણામ કરજે. તેઓ હંમેશા તારી સાથે રહેશે." કુણાલે હા પાડી અને પછી બંને દાદાજી સાથે મળીને તેમના પૂર્વજોને શ્રદ્ધાંજલિ આપી.

11
વારસો

કનુભાઈએ આખી જિંદગી મહેનત કરીને ઘણું બધું મેળવ્યું હતું. તેમની પાસે મોટું ઘર, બગીચો અને થોડી બચત પણ હતી. આ બધું તેમણે પોતાનાં બે દીકરાઓ, કિશોર અને કિશન માટે બચાવ્યું હતું. પણ, કનુભાઈના અંતિમ સમયે એક ચીજ તેમને ચિંતિત કરતી હતી. તેમનાં બંને દીકરાઓ ખૂબ જ અલગ સ્વભાવનાં હતાં. કિશોર ખૂબ જ મહેનતું અને જવાબદાર હતો, જ્યારે કિશન આળસું અને બેદરકાર હતો.

કનુભાઈએ વસિયતનામું બનાવ્યું અને તેમાં લખ્યું કે તેમની બધી મિલકત કિશોરને મળશે. કિશનને માત્ર થોડી રકમ મળશે. કનુભાઈ માનતા હતા કે આ રીતે તેમની મિલકત સુરક્ષિત રહેશે અને કિશોર તેનો સારો ઉપયોગ કરશે. જ્યારે કનુભાઈનું અવસાન થયું ત્યારે વસિયતનામું ખોલવામાં આવ્યું. કિશન ખૂબ જ ગુસ્સે થયો અને કિશોર પર દોષારોપણ કરવા લાગ્યો. પરંતુ કિશોરે શાંતિથી કિશનને સમજાવ્યું કે, પિતાજીએ આ નિર્ણય તેમના ભલા માટે જ લીધો છે.

આ ઘટનાએ બંને ભાઈઓ વચ્ચેનાં સંબંધોમાં ખટાશ લાવી દીધી. પરંતુ થોડાં સમય પછી, કિશન પણ પોતાની ભૂલ સમજી ગયો અને કિશોરને માફ કરી દીધો.

12
પરિવર્તન

એક ચાની કીટલી હતી. દરરોજ સવારે તેને ગરમ પાણીથી ભરીને ગેસ પર મૂકવામાં આવતી. તે ગરમ થતી અને પછી તેમાંથી સુગંધિત ચા બનતી. તેને આ વાતનો ખૂબ આનંદ આવતો. દરરોજ તે નવાં નવાં લોકોને મળતી. કોઈ તેમાં મીઠી ચા પીવાનું પસંદ કરતું, તો કોઈ તેમાં દૂધ વધારે નાખતું.

પણ એક દિવસ એવું બન્યું કે કીટલી તૂટી ગઈ. તેને ખૂબ દુ:ખ થયું. તેને લાગ્યું કે હવે તે કોઈ કામની નથી રહી. પરંતુ ત્યાં એક વૃદ્ધ માણસ આવ્યો. તેણે તૂટેલી કીટલીને ઉપાડીને કહ્યું, "ચિંતા કરવાની જરૂર નથી. હું તને નવી રીતે વાપરી શકું છું."

વૃદ્ધ માણસે કીટલીને લઈ જઈને તેમાંથી એક સુંદર ફૂલદાની બનાવી. હવે કીટલી ફૂલોથી ભરાઈ જતી અને ઘરને સુંદર બનાવતી. કીટલીને ખ્યાલ આવ્યો કે તેનું કામ બદલાઈ ગયું છે, પરંતુ તે હજુ પણ કોઈનાં કામનું છે.

13
આશાનું કિરણ

અંધારી રાત્રે, જંગલમાંથી એક દિવાનો નિસ્તેજ પ્રકાશ આવતો હતો. એક નાનકડો છોકરો, હાથમાં દીવો લઈને, ઝાડીઓ વચ્ચેથી કાંપતા પગલે આગળ વધતો હતો. ગામમાં દુષ્કાળ પડ્યો હતો, પાણીની એક બુંદ માટે લોકો તરસ્યાં હતાં. ગામનાં જૂનાં માણસે કહ્યું હતું કે, જંગલની અંદર એક ગુફા છે, જ્યાં પાણીનું ઝરણું છે.

છોકરાનું નામ હતું સુજલ. તે જાણતો હતો કે, જંગલમાં ઘણા જોખમો છે, પરંતુ ગામનાં લોકોને બચાવવા માટે તે આ જોખમ લેવા તૈયાર હતો. તે ગુફાની નજીક પહોંચ્યો ત્યારે, એક વિશાળ સાપ તેની સામે ઊભો હતો. સુજલ ડર્યો નહીં. તેણે દીવો સાપની આંખો પર ફેરવ્યો અને ધીમે ધીમે પાછળ હટવા લાગ્યો.

અંતે, તે ગુફામાં પહોંચ્યો અને પાણીનું ઝરણું જોઈને ખુશ થઈ ગયો. તેણે પોતાનાં કપડામાં પાણી ભર્યું અને ગામ તરફ દોડ્યો. જ્યારે તે ગામમાં પહોંચ્યો ત્યારે, બધાં લોકો ખુશ થઈ ગયાં. સુજલે પોતાનાં જીવનું જોખમ લઈને ગામને બચાવી લીધું હતું.

14
આત્મવિશ્વાસની ચાવી

મીનાક્ષીને નૃત્ય કરવું બહુ ગમતું. પણ દરેક વખતે સ્ટેજ પર જતી વખતે એને ધ્રુજારી લાગતી. એને લાગતું કે બધાં એની મજાક ઉડાવશે. એક દિવસ એની શિક્ષિકાએ એને એક નાનકડો કાચનો ગોળો આપ્યો.

"આ કાચનો ગોળો જો," શિક્ષિકાએ કહ્યું, "જ્યારે તું આમાં જુએ ત્યારે તને ફક્ત તારી જ છબી દેખાય છે. તારામાં જો કોઈ ખામી હશે તો એ તને આમાં જ દેખાશે. પણ તારી શક્તિ, તારી પ્રતિભા, તારો આત્મવિશ્વાસ પણ તને આમાં જ દેખાશે."

મીનાક્ષીએ એ ગોળો આખી રાત જોયો. એને પોતાની આંખોમાં એક નવી ચમક જોઈ. એણે પોતાનામાં એક નવો વિશ્વાસ અનુભવ્યો.

આગલા દિવસે જ્યારે મીનાક્ષી સ્ટેજ પર ગઈ ત્યારે એને કોઈ ડર લાગ્યો નહીં. એણે પોતાનું નૃત્ય એટલી શ્રદ્ધાથી કર્યું કે બધાં લોકો દંગ રહી ગયાં. એ દિવસે મીનાક્ષીને ખબર પડી કે આત્મવિશ્વાસ એક નાનકડા કાચના ગોળા જેવો છે, જે તને તારી જ શક્તિ બતાવે છે.

15
સુખનું સરનામું

❧

ચંદ્રકાંત એક સફળ વ્યવસાયી હતા. તેમની પાસે મોટો બંગલો, નવીનતમ ગાડી અને બેંકમાં લાખો રૂપિયા હતા. છતાં તેમના ચહેરા પર ક્યારેય સ્મિત નહોતું. દિવસભર કામના તણાવમાં રહેતા તે, રાત્રે નિદ્રાનો અભાવ અનુભવતા.

એક દિવસ, ગામડામાં રહેતા તેમના દાદાને મળવા ગયા. ગામના શાંત વાતાવરણમાં તેમને અજીબ શાંતિ મળી. દાદા સાથે બેસીને વાતો કરતાં તેમણે ચંદ્રકાંતને પૂછ્યું, "તને ખુશી ક્યાંથી મળે છે?" ચંદ્રકાંત મુંઝાયો. તેમણે પોતાની બધી સિદ્ધિઓ ગણાવી. દાદા હસી પડ્યા અને કહ્યું, "બેટા, સુખનું સરનામું તારી પાસે જ છે. તે તારા હ્રદયમાં છે. તારી પાસે જે છે તેના બદલે તું જે નથી તેના વિશે વધુ વિચારે છે."

દાદાની વાતોએ ચંદ્રકાંતને ઊંડાણથી સ્પર્શી ગઈ. તેમણે સમજ્યું કે સુખ એ કોઈ વસ્તુ નથી, પરંતુ એક અનુભૂતિ છે. તેમણે પોતાના જીવનમાં થોડા ફેરફાર કર્યા. દરરોજ થોડો સમય પ્રકૃતિ સાથે વિતાવવા લાગ્યા, મિત્રો અને પરિવાર સાથે વધુ સમય પસાર કરવા લાગ્યા. ધીમે ધીમે તેમના ચહેરા પર સ્મિત પાછું ફર્યું.

16
હિસાબની વાત

એક સમયે એક ગામમાં એક ખેડૂત રહેતો હતો. તે ખૂબ મહેનતું હતો અને દિવસ-રાત ખેતરમાં કામ કરતો. પરંતુ એક વાતમાં તે ખૂબ જ કમજોર હતો અને એ હતી હિસાબ રાખવાની. તે દિવસના અંતે થાકીને આવતો અને હિસાબ રાખવાનું ભૂલી જતો.

એક દિવસ ગામના જમાદારે ગામના દરેક ખેડૂતને પોતાના ખેતરનો હિસાબ બનાવવા કહ્યું. જમાદારના આ આદેશથી ખેડૂત ખૂબ ચિંતિત થઈ ગયો. તેને સમજમાં આવતું ન હતું કે હિસાબ કેવી રીતે બનાવવો. તેણે ગામના એક બુદ્ધિમાન વ્યક્તિને પોતાની મુશ્કેલી કહી. બુદ્ધિમાન વ્યક્તિએ ખેડૂતને એક સરળ ઉપાય જણાવ્યો. તેણે ખેડૂતને કહ્યું કે, "તું દરરોજ રાત્રે સૂતાં પહેલા આજે તારે શું કામ કર્યું અને કેટલું ઉત્પાદન થયું તે એક કાગળ પર લખી લે. આ રીતે તું સરળતાથી હિસાબ રાખી શકીશ." ખેડૂતે બુદ્ધિમાન વ્યક્તિની સલાહ માની અને દરરોજ રાત્રે સૂતાં પહેલા પોતાનો હિસાબ લખવા લાગ્યો. થોડા દિવસોમાં જ તેને હિસાબ રાખવાની આદત પડી ગઈ. હવે તે સરળતાથી પોતાના ખેતરનો હિસાબ રાખી શકતો હતો. જ્યારે જમાદારે ખેડૂતોનો હિસાબ ચકાસ્યો ત્યારે ખેડૂતનો હિસાબ બીજા બધા ખેડૂતો કરતાં સૌથી વધુ સચોટ હતો. જમાદાર ખેડૂતની પ્રશંસા કરવા લાગ્યો. ખેડૂતને ખૂબ આનંદ થયો.

17

ભૂતિયા સરોવર

ગામનાં લોકો ભૂતિયા સરોવરથી ડરતાં હતાં. તેઓ કહેતાં હતાં કે રાત્રે ત્યાં ભૂતો ફરે છે. કોઈ પણ સરોવરની નજીક જવાની હિંમત કરતું નહોતું.

એક દિવસ, ગામમાં એક નવો છોકરો આવ્યો. તેણે ભૂતિયા સરોવર વિશેની વાર્તાઓ સાંભળી પણ તે વાર્તાઓને માનતો નહોતો. તેણે નક્કી કર્યું કે તે રાત્રે સરોવર પર જશે અને સાબિત કરશે કે ત્યાં કંઈ ભૂત નથી. સૂર્યાસ્ત પછી, છોકરો સરોવર તરફ ચાલ્યો. તે અંધારાથી ડરતો નહોતો, અને તે ઉત્સુક હતો કે તે શું શોધી શકે છે.

જ્યારે તે સરોવર પર પહોંચ્યો, ત્યારે તેણે કંઈ અજીબ જોયું નહીં. ફક્ત શાંત પાણી અને થોડાં વૃક્ષો હતાં જે પવનમાં હાલતાં હતાં.

છોકરો કેટલાંક કલાકો સુધી સરોવર પર બેઠો રહ્યો. તેણે કોઈ ભૂત અથવા અન્ય કોઈ અજીબ વસ્તુઓ જોઈ નહીં.

છેવટે, ઘરે પાછો ફરવાનો સમય થયો. તે થાકેલો હતો, પણ તે ખુશ પણ હતો. તેણે સાબિત કરી દીધું હતું કે ભૂતિયા સરોવરમાં કોઈ ભૂત નથી.

ગામનાં લોકોને છોકરાની વાત પર વિશ્વાસ બેઠો નહીં. તેઓએ કહ્યું કે તેણે ભૂતોને જોવા માટે ખોટો સમય પસંદ કર્યો હશે.

પણ છોકરો ડગમગ્યો નહીં. તેણે નક્કી કર્યું કે તે ફરીથી સરોવર પર જશે અને આ વખતે તે પુરાવા લાવશે.

આગળની રાત્રે, છોકરો સરોવર પર ગયો તેની સાથે તેણે કેમેરો લીધો હતો. તેણે સરોવરની આસપાસ ફેરો માર્યો, દરેક ખૂણા અને ખાંચાને કેમેરામાં કેદ કર્યો.

ઘણાં કલાકો પછી, તે ઘરે પાછો ફર્યો. તે ઉત્સાહિત હતો કે તેણે શું કબજે કર્યું છે.

બીજા દિવસે, તેણે ગામનાં લોકોને બતાવવા માટે ગામનાં ચોકમાં પોતાનાં ફોટા પ્રદર્શિત કર્યા. ફોટામાં શું હતું તે જોઈને લોકો આશ્ચર્યચકિત થઈ ગયાં. એક ફોટામાં, તેઓએ સ્પષ્ટપણે એક ભૂત જેવું દેખાતું કંઈક જોયું, જે ઝાડની પાછળ છુપાયેલું હતું.

ગામનાં લોકો ડરી ગયાં. તેઓએ છોકરાને પૂછ્યું કે તેણે ભૂત સાથે શું કર્યું. છોકરો હસ્યો. "મેં તેને કંઈ કર્યું નહીં," તેણે કહ્યું. "તે ફક્ત એક નાનો છોકરો હતો જે ચોરી કરેલી સફેદ ચાદર પહેરીને ડરામણી રમત રમી રહ્યો હતો." ગામનાં લોકોને રાહત મળી. તેઓએ છોકરાની બુદ્ધિ અને હિંમતની પ્રશંસા કરી. અને તે દિવસથી, ભૂતિયા સરોવરનું રહસ્ય ઉકેલાઈ ગયું. ગામનાં લોકોએ હજુ પણ તેને ભૂતિયા સરોવર કહ્યું, પણ હવે તેઓ તેનાથી ડરતાં નહોતાં. તેઓ જાણતા હતા કે ભૂત વાસ્તવિક નથી... કદાચ ફક્ત કલ્પના છે.

18
મોટી જવાબદારી

નિશા એક હોશિયાર અને જિજ્ઞાસુ છોકરી હતી. એક દિવસ તેની દાદીએ તેને એક નાનકડી ચાવી આપી અને કહ્યું, "બેટા, આ ચાવી એક ખાસ બોક્સની છે. આ બોક્સમાં તારાં પરિવારનાં ઘણાં મહત્વના દસ્તાવેજો છે. તારે આ ચાવીને સંભાળીને રાખવી. આ તારી જવાબદારી છે."

નિશાએ ચાવી ખૂબ જ કાળજીથી લીધી. તેણે ચાવીને એક નાનાં બોક્સમાં મૂકી અને તેને પોતાનાં ટેબલ પર એવી જગ્યાએ રાખી જ્યાં કોઈ તેને શોધી ન શકે. દરરોજ રાતે સૂતાં પહેલાં તે ચાવીને જોતી અને ખાતરી કરતી કે તે સુરક્ષિત છે.

કેટલાક દિવસો પછી, નિશાના ઘરમાં ચોરી થઈ ગઈ. ચોર ઘરમાંથી કીમતી વસ્તુઓની સાથે સાથે તે બોક્સ પણ લઈ ગયો જેમાં ચાવી હતી. નિશા ખૂબ જ ગભરાઈ ગઈ. તેને લાગ્યું કે તેણે પોતાની જવાબદારી નિભાવી નથી.

નિશાએ પોતાની માતાને બધી વાત કહી. માતાએ નિશાને શાંત કરી અને કહ્યું, "બેટા, તારી ભૂલ થઈ છે એવું ન વિચાર. તું નાની છોકરી છો. તારાથી ભૂલ થઈ શકે છે પરંતુ આ ઘટનાએ તને એક મહત્ત્વની વાત

શીખવી છે. જવાબદારી એટલે માત્ર કોઈ વસ્તુને સંભાળવી નહીં, પરંતુ કોઈ વસ્તુની કિંમત સમજવી પણ છે."

નિશા આ ઘટનામાંથી ઘણું શીખી. તેણે સમજ્યું કે જવાબદારી એટલે માત્ર કોઈ વસ્તુને સંભાળવી નહીં, પરંતુ તે વસ્તુની કિંમત સમજવી અને તેને ગુમાવવાથી શું થઈ શકે છે તે વિશે વિચારવું. આ ઘટના પછી નિશા હંમેશાં પોતાની જવાબદારીઓને બહુ જ ગંભીરતાથી લેતી હતી.

19
ઉછીનો વ્યવહાર

ચંદ્ર એક સરળ મિત્રવત વ્યક્તિ હતો. ગામમાં કોઈને પૈસાની જરૂર હોય તો ચંદ્ર હંમેશાં તૈયાર હતો. એને પૈસા ઉછીના આપવામાં કોઈ વાંધો નહોતો. એને વિશ્વાસ હતો કે જેને એ પૈસા આપે છે એ ચોક્કસ પરત કરશે. એક દિવસ, કાળુભાઈને ઘરનું કામકાજ કરવા માટે તાત્કાલિક પૈસાની જરૂર પડી. એણે ચંદ્ર પાસે પૈસા ઉછીના માંગ્યા. ચંદ્રએ તરત જ એને પૈસા આપી દીધા. થોડાં દિવસો પછી કાળુભાઈએ પૈસા પરત કરવાના હતા, પણ એ એ વાત ભૂલી ગયા. ચંદ્રએ કાળુભાઈને ઘણી વાર યાદ કરાવ્યું, પણ કાળુભાઈ હંમેશાં કાલે-કાલે કરતા હતા. ચંદ્રને આ વાતથી બહુ દુ:ખ થતું હતું. એને સમજાયું કે કાળુભાઈ કદાચ પૈસા પરત કરવાના નથી. એક દિવસ, ચંદ્રએ કાળુભાઈને મળીને કહ્યું, "કાળુભાઈ, મને પૈસાની જરૂર છે. શું તમે મને મારા પૈસા પરત કરી શકો છો?" કાળુભાઈએ માફી માંગી અને કહ્યું કે એ આવતીકાલે જરૂર પૈસા પરત કરશે. આ વખતે ચંદ્રએ કાળુભાઈ પર વિશ્વાસ કરવાનું નક્કી કર્યું. આખી રાત એને ઊંઘ આવી નહીં. આખરે બીજા દિવસે સવારે કાળુભાઈએ ચંદ્રને પૈસા પરત કર્યા. ચંદ્ર ખૂબ ખુશ થયો. એને સમજાયું કે મિત્રતામાં વિશ્વાસ રાખવો ખૂબ જરૂરી છે. આ ઘટના પછી, ચંદ્રએ કોઈને પણ પૈસા ઉછીના આપવાનું બંધ કરી દીધું. એને સમજાયું કે પૈસો તો સંબંધ બગાડે, પૈસા કરતાં ત મિત્રતા વધુ કીમતી છે.

20
લોભામણી જાહેરાત

એક નાનકડું ગામ હતું. ગામનાં બધાં લોકો ખુશીથી રહેતાં. કોઈને કોઈની સાથે કોઈ ફરિયાદ ન હતી. પરંતુ એક દિવસ, એક શહેરમાંથી એક વેપારી આવ્યો. તેની પાસે એક ખૂબ જ લોભામણી વસ્તુ હતી. તેણે ગામમાં જાહેરાત કરી કે, "મારી પાસે એક એવી દવા છે જે પીવાથી તમે હંમેશાં યુવાન રહી શકો છો."

આ સાંભળીને ગામનાં લોકો ખૂબ ઉત્સાહિત થઈ ગયાં. બધાંએ એ દવા ખરીદવા માટે પૈસા ભેગા કરવા માંડ્યાં. થોડાં દિવસોમાં જ બધાંએ તે દવા ખરીદી લીધી. પરંતુ થોડાં દિવસો પછી, બધાં લોકો બીમાર પડી ગયાં. તેમને ખબર પડી કે તે વેપારીએ તેમને છેતર્યા છે. તેણે જે દવા વેચી હતી તે કોઈ કામની ન હતી.

આ ઘટનાથી ગામના લોકોને એક પાઠ મળ્યો. તેમને સમજાયું કે, લોભામણી જાહેરાતો પર વિશ્વાસ ન કરવો જોઈએ.

21
કર્મનું ફળ

સુરતની ગલીઓમાંથી નીકળતો ધૂળિયો વાયુ, મનમાં એક વિચિત્ર શાંતિ ફેલાવતો હતો. મનસુખ એક નાનો ગુજરાતી છોકરો, પોતાનાં પિતા સાથે કપડાંની દુકાનમાં કામ કરતો. દિવસભર ગ્રાહકોની માગણીઓ પૂરી કરવામાં વ્યસ્ત રહેતો. ક્યારેક ક્યારેક, રાત્રે તારાઓ જોતાં તે વિચારતો કે, શું આ જ જીવન છે ?

એક દિવસ, એક ધનવાન વેપારી દુકાને આવ્યો. મનસુખે તેને ખૂબ જ સારી રીતે સેવા આપી. વેપારીએ પ્રભાવિત થઈને તેને એક પુસ્તક ભેટમાં આપ્યું. પુસ્તકનું નામ હતું, 'કર્મનું ફળ'. મનસુખે આખી રાત એ પુસ્તક વાંચ્યું. તેને સમજાયું કે, દરેક કર્મનું ફળ અચૂક મળે છે. સારું કર્મ કરીએ તો સારું ફળ મળે અને ખરાબ કર્મ કરીએ તો ખરાબ ફળ.

આ વાત મનસુખના મનમાં બેસી ગઈ. તેણે દરેક કામ ખૂબ જ મહેનત અને નિષ્ઠાથી કરવાનું શરૂ કર્યું. થોડા સમય પછી, દુકાનનું કામ સુધરવા લાગ્યું. ગ્રાહકોની સંખ્યા વધી અને દુકાનમાં હંમેશાં ભીડ રહેવા લાગી. મનસુખને ખ્યાલ આવ્યો કે, કર્મ સારાં કરીએ તો તેનું ફળ પણ સારું જ મળે છે.

22
દહેજ એક દૂષણ

આરતી નામની એક છોકરી હતી. એના મનમાં એક સુંદર સ્વપ્ન હતું. એ સ્વપ્નમાં એ એના પતિ સાથે એક સુંદર મહેલમાં ખુશીથી રહેતી હતી. પણ લગ્નની નજીક આવતાં જ આરતીના ઘરમાં એક નવી ચિંતા ઘર કરી ગઈ - 'દહેજ'.

આરતીના માતા-પિતા દહેજની ચિંતાથી પરેશાન રહેતાં હતાં. એમને દીકરીના લગ્ન માટે ઘણું બધું આપવું પડતું હતું. આરતીને આ બધું સમજાતું ન હતું. એ પોતાનાં પિતાને પૂછતી, "પપ્પા, લગ્નમાં દહેજ કેમ આપવું પડે છે?" પિતા નિરાશ થઈને કહેતા, "બેટા, આપણી સમાજની આવી જ રીત છે."

આરતીને આ જવાબથી સંતોષ થતો ન હતો. એને લાગતું કે દીકરીનું લગ્ન એ તો ખુશીનો પ્રસંગ હોય, દુઃખનો નહીં. એણે પોતાના મિત્રો સાથે આ વાત શેર કરી. એના મિત્રોએ એને સમજાવ્યું કે દહેજ આપવું એ ગેરકાયદે છે અને આપણે આવી પ્રથાને ટેકો આપવો જોઈએ નહીં.

આરતીએ પોતાના મિત્રોની વાતને ધ્યાનમાં લીધી અને પોતાના માતા-પિતાને સમજાવવાનું નક્કી કર્યું. એણે પોતાનાં માતા-પિતાને કહ્યું કે, 'દહેજ આપવું એ ખોટું છે અને આપણે કાયદાનું પાલન કરવું

જોઈએ.' આરતીની વાત સાંભળીને માતા-પિતા થોડા વિચારમાં પડ્યાં.

આરતીએ પોતાનાં માતા-પિતાને સમજાવ્યું કે, 'દહેજ આપવાથી દીકરીઓને ઘણું દુઃખ થાય છે. એમનું સ્વપ્ન અધૂરું રહી જાય છે.' આરતીની વાત સાંભળીને માતા-પિતાએ આખરે આરતીની વાત માની લીધી.

આ રીતે આરતીએ દહેજ જેવાં દૂષણ સામે લડવાનું નક્કી કર્યું. એણે પોતાનાં સમાજમાં જાગૃતિ ફેલાવવાનું નક્કી કર્યું.

23
मौन

એક ધુમ્મસવાળી સવારે, એક લાંબી ટ્રેન જ્યારે સ્ટેશન પર ઊભી રહી ત્યારે, રવિને એક ખૂણામાં બેઠેલી એક યુવતી નજરે પડી. તેણે કાળાં ચશ્માં પહેર્યાં હતાં અને એક જૂનું પુસ્તક વાંચી રહી હતી. રવિને એની એકાંત વાસી આદત ગમી. તે પોતે એક ખુરશી પર બેઠો અને બારી બહાર જોવા લાગ્યો. તેને લાગ્યું કે કદાચ આ યુવતી પણ તેની જેમ જ ક્યાંક દૂર જવા માટે આ ટ્રેનમાં બેઠી છે. ટ્રેન ચાલુ થઈ અને બંને મુસાફરો એકબીજાને જોયા વિના પોતાનાં વિચારોમાં ખોવાઈ ગયાં. રવિને લાગ્યું કે કદાચ આ એક અજીબ પ્રકારની મિત્રતા છે. એક એવી મિત્રતા જ્યાં શબ્દો વગર જ બે આત્માઓ એકબીજાને સમજી શકે. કેટલીક વાર, રવિ યુવતી તરફ નજર કરતો, પણ દરેક વખતે તે પુસ્તક વાંચતી હોય. રવિને એવું લાગ્યું કે, કદાચ પુસ્તક એની દુનિયા છે, એ જ એનું એકાંત છે. જ્યારે ટ્રેન તેના મૂળ સ્થાન નજીક પહોંચી, ત્યારે રવિએ યુવતી તરફ ફરીથી નજર કરી. તે હજુ પણ પુસ્તક વાંચી રહી હતી. રવિએ તેને વિદાય આપવા માટે હાથ હલાવ્યો, પણ યુવતીએ કંઈ જ જવાબ આપ્યો નહીં. રવિ ટ્રેનમાંથી ઉતરીને પ્લેટફોર્મ પર આવ્યો. તેને લાગ્યું કે આ મુલાકાત કદાચ ક્યારેય પૂરી થશે નહીં. આ મૌન ભરી મુલાકાત તેના મનમાં કાયમ માટે રહી જશે.

24
ધરતીનો છેડો ઘર

એક સમયે, એક નાનકડું ગામ હતું. તે ગામમાં રહેતો હતો રામ. રામને નાનપણથી જ દુનિયા જોવાની ઘણી ઇચ્છા હતી. ગામની બહારનાં વિશાળ જંગલો, ઊંચા ઊંચા પર્વતો અને નીલ આકાશ તેને ખૂબ આકર્ષતા હતાં. દિવસોનાં દિવસો તે આકાશ તરફ જોઈને વિચારતો કે ક્યારેક તો હું પણ આ દુનિયાને નજીકથી નિહાળીશ.

એક દિવસ, રામ પોતાનાં પિતાને કહે છે, "પિતાજી, હું આ ગામ છોડીને દુનિયા જોવા જઈશ." પિતાજી હસીને કહે છે, "બેટા, દુનિયા તો બહુ મોટી છે. તું એકલો કેવી રીતે ફરશે?" પરંતુ રામનાં મનમાં આવેલી આગને કોઈ બુઝાવી શક્યું નહીં.

અને એક દિવસ, રામ પોતાનું ઘર છોડીને નીકળી પડ્યો. રસ્તામાં તેણે ઘણાં નવાં નવાં લોકો અને સ્થળો જોયાં. તેણે ઊંચા-ઊંચા પર્વતો ચઢ્યાં, ઠંડી-ઠંડી નદીઓમાં સ્નાન કર્યું અને ઘણાં રંગબેરંગી ફૂલો જોયાં. પરંતુ થોડાં દિવસો પછી, એકલતા અને લાગણીઓનો ભાર તેનાં પર વધવા લાગ્યો.

રાતનાં અંધારામાં જ્યારે તે આકાશ તરફ જોતો ત્યારે તેને પોતાનાં ગામની યાદ આવતી. ગામનાં લોકોનો હસતો ચહેરો, પોતાનાં મિત્રો

સાથે રમવાની મજા અને પોતાના ઘર પરિવારનું વાત્સલ્ય યાદ આવતાં.

એક દિવસ, રામને એક વૃદ્ધ માણસ મળ્યો. રામે તેને પોતાની વાત કહી. વૃદ્ધ માણસે કહ્યું, "બેટા, દુનિયા જોવી એ ખૂબ સારી વાત છે, પરંતુ પોતાનું ઘર એટલે પોતાનું ઘર. તારે ફરીથી તારા ગામ જવું જોઈએ."

રામે વૃદ્ધ માણસની વાતને મનમાં રાખી અને પોતાનાં ગામ તરફ પ્રયાણ કર્યું. જ્યારે તે ગામમાં પહોંચ્યો ત્યારે તેને લાગ્યું કે જાણે તે ઘરે પાછો ફર્યો એ સારું કર્યું છે. ગામનાં લોકોએ તેનું ખૂબ સ્વાગત કર્યું. રામ સમજ્યો કે, દુનિયા જોવી એ ખૂબ સારી વાત છે, પરંતુ પોતાના ઘર અને પરિવાર વગર કંઈ નથી.

25
છેતરપિંડી

મયૂર એક સાદો માણસ હતો. ગામમાં દરેક તેને ચાહતું. એક દિવસ, એક શહેરથી આવેલો માણસ ગામમાં આવ્યો અને રામુને સોનાની ઘડિયાળ આપી. એણે કહ્યું કે, "આ ઘડીયાળ તારી કિસ્મત બદલી નાખશે." મયૂર ખુશ થઈ ગયો.

કેટલાંક દિવસો પછી, ગામમાં ચોરી થઈ ગઈ. શંકાના આધારે પોલીસે મયૂરને પકડી લીધો. પોલીસે જોયું કે ઘડિયાળ નકલી છે. મયૂરને ખબર પડી કે તે છેતરાયો છે.

26
જિજ્ઞાસા

રામુ એક રિક્ષા ચાલક હતો. દિવસભર લોકોને એક જગ્યાએથી બીજી જગ્યાએ લઈ જવાનું જ તેનું કામ હતું. એક દિવસ એક ઓટોમાં બે મહિલાઓ બેઠી. એક મહિલા ધણી ધનવાન લાગતી હતી, જ્યારે બીજી ગરીબ. બંને વચ્ચે કોઈ વિષય પર ગરમાગરમ ચર્ચા ચાલતી હતી. ધનવાન મહિલા પોતાનાં મંતવ્યો જોરશોરથી રજૂ કરતી હતી અને ગરીબ મહિલા તેનાં મંતવ્યો સામે દલીલો કરતી હતી. રામુ આ બંને મહિલાઓની વાતો સાંભળતો હતો. એને લાગ્યું કે આ ચર્ચામાંથી એને ધણું બધું શીખવા મળ્યું.

પહેલી વાર રામુએ એવું અનુભવ્યું કે એણે માત્ર લોકોને એક જગ્યાએથી બીજી જગ્યાએ લઈ જવાનું કામ નથી કર્યું, પણ એણે આજે બે મહિલાઓ પાસેથી જીવનનો એક મોટો પાઠ શીખ્યો છે. એને સમજાયું કે જીવનમાં દરેક વ્યક્તિ પાસેથી કંઈક ને કંઈક શીખવા મળે છે, બસ આપણે એને સાંભળવા તૈયાર હોવા જોઈએ. રામુને એ દિવસે સમજાયું કે દરેક વ્યક્તિ પાસે કોઈ ને કોઈ ખજાનો હોય છે. ક્યારેક આપણે એ ખજાનાને શબ્દોમાં શોધીએ છીએ, ક્યારેક કોઈની વાતો સાંભળીને. રામુ એ દિવસથી એક રિક્ષા ચાલક નહીં પણ એક જિજ્ઞાસુ માણસ બની ગયો.

27

પ્રતિભા

અલ્બર્ટ આઈન્સ્ટાઈન, એક નાનકડો બાળક હતો, જેને શાળામાં ભણવામાં મુશ્કેલી પડતી હતી. શિક્ષકોને લાગતું હતું કે તે ધીમો છે. પરંતુ આઈન્સ્ટાઈનને સંખ્યાઓ અને વિશ્વની રચના વિશે ખૂબ જ રસ હતો. તે કલાકો સુધી આકાશ તરફ જોઈને વિચારોમાં ખોવાઈ જતો.

બાળપણથી જ તેનામાં વિશ્વને સમજવાની અદભુત કુતુહલતા હતી. આ કુતુહલતાએ જ તેને વિશ્વનો સૌથી મહાન વૈજ્ઞાનિક બનાવ્યો. તેણે સાપેક્ષતાના સિદ્ધાંત જેવા મહત્ત્વનાં સિદ્ધાંતો આપ્યાં જેણે વિજ્ઞાનની દુનિયામાં ક્રાંતિ લાવી દીધી.

28

બુધિયો અને ચંદ્ર

એક ગામમાં બુધો નામનો એક માણસ રહેતો હતો. તેને ચંદ્ર ખૂબ જ ગમતો. રોજ રાત્રે તે ચંદ્રને જોઈને ખુશ થઈ જતો. એક દિવસ તેણે વિચાર્યું, "કેમ ન હોય કે હું ચંદ્રને પકડી લાવું?"

તેણે લાંબો ઢાળો, દોરડું અને એક મોટું ટબ લીધું. રાત્રે જ્યારે ચંદ્ર ચમકતો હતો, ત્યારે તેણે ઢાળને ઝાડ પર ટેકવીને દોરડું બાંધ્યું અને ટબને દોરડામાં બાંધીને બેસી ગયો.

"હવે જો, ચંદ્ર આ ટબમાં પડી જશે," એમ વિચારીને તે ખુશ થઈ ગયો. પરંતુ રાત પસાર થઈ ગઈ અને ચંદ્ર ટબમાં પડ્યો નહીં.

સવારે ગામનાં લોકોએ બુધિયાને આવી હાલતમાં જોયો તો બધાં હસવા લાગ્યાં. કોઈકે પૂછ્યું, "બુધિયા, તું આ શું કરી રહ્યો છે?"

બુધિયાએ જવાબ આપ્યો, "હું ચંદ્રને પકડવાનો પ્રયત્ન કરી રહ્યો હતો."

બધાં ફરીથી હસી પડ્યાં. એક બુઢ્ઢો માણસ આવીને બોલ્યો, "ચંદ્ર તારાં હાથમાં આવવાનો નથી, બુધિયા! તે તારાં હૃદયમાં છે."

29
શેઠજીની નવી કાર

શેઠજીને નવી કાર મળી. એકદમ ચમકદાર, લાલ રંગની ! શેઠજી બહુ ખુશ હતા. રોજ સવારે કાર ધોઈને ચમકાવતા. એક દિવસ તેમનાં મિત્ર રઘુભાઈ આવ્યા.

રઘુભાઈએ કાર જોઈને પૂછ્યું, "શેઠજી, આ કાર તો બહુ સુંદર છે ! આને ચલાવવામાં કેવો અનુભવ થાય છે ?"

શેઠજીએ ગર્વથી કહ્યું, "અરે, રઘુભાઈ, આ કાર તો જાણે પાંખ લગાવીને ઉડી જાય ! એટલી ઝડપી છે."

રઘુભાઈએ હસીને કહ્યું, "શેઠજી, કાર પાંખ લગાવીને ઉડી શકે ખરી ?"

શેઠજીએ ગંભીરતાથી કહ્યું, "ના, ના, રઘુભાઈ, પણ એટલી ઝડપી છે કે જાણે ઉડી જાય!"

રઘુભાઈએ ફરીથી હસીને કહ્યું, "તો પછી શેઠજી, કાલે તમે કાર લઈને મારાં ઘરે આવજો. મારે પણ એક વાર ઉડી જવું છે!"

30
ખરું રહસ્ય

કિશોર કુતુહલથી ભરપૂર હતો. દરરોજ રાત્રે તે આકાશ તરફ નજર કરીને તારાઓ અને ચંદ્ર વિશે વિચારતો. એક રાત્રે, તેણે એક વૃધ્ધ માણસને પૂછ્યું, "દાદા, આ આકાશમાં આટલાં બધાં તારાઓ છે, પણ સૌથી મોટું રહસ્ય શું છે?"

વૃધ્ધ માણસે હસીને કહ્યું, "બેટા, આખું બ્રહ્માંડ એક મોટું રહસ્ય છે. આપણે જે જોઈએ છીએ, તેનાથી આગળ ઘણું બધું છે. પરંતુ સૌથી મોટું રહસ્ય તારામાં કે ચંદ્રમાં નથી, પરંતુ આપણા હૃદયમાં છે."

કિશોરને આ વાત સમજાઈ નહીં. વૃધ્ધ માણસે આગળ કહ્યું, "આપણે કોણ છીએ? આપણે ક્યાંથી આવ્યાં? આપણે ક્યાં જઈશું? આ પ્રશ્નોનાં જવાબ શોધવામાં જ આપણું સૌથી મોટું રહસ્ય છુપાયેલું છે."

કિશોરે આ વાત ધ્યાનથી સાંભળી. તે દિવસથી તેણે આકાશ તરફ જોવાનું ચાલુ રાખ્યું, પરંતુ હવે તે તારાઓ અને ચંદ્રને નવી નજરે જોવા લાગ્યો.

31
લુચ્ચો વરસાદ

એકવાર, એક નાનકડું ગામ હતું. એ ગામમાં બધા લોકો ખેડૂત હતા. તેઓ સવારથી સાંજ સુધી ખેતરમાં કામ કરતા. દિવસભર કામ કર્યા પછી તેઓ રાત્રે થાકીને સૂઈ જતા.

એક વર્ષે, વરસાદ બહુ ઓછો પડ્યો. નદીઓ સુકાઈ ગઈ અને ખેતરો ફાટી ગયા. ખેડૂતોને પાક લેવા માટે પૂરતું પાણી મળતું ન હતું. તેઓ ખૂબ જ દુઃખી થયા.

એક દિવસ, એક વૃધ્ધ માણસ બોલ્યો, "આ વરસાદ તો બહુ જ લુચ્ચો છે. આપણે જેટલું પાણી માંગીએ છીએ એટલું આપતો નથી." બધાં ખેડૂતો તેની વાત સાથે સહમત થયાં. તેઓએ વરસાદનાં દેવતાને પ્રાર્થના કરવાનું શરૂ કર્યું.

થોડાં દિવસો પછી, આકાશમાં કાળાં વાદળો છવાઈ ગયાં. ધીમે ધીમે વરસાદ પડવા માંડ્યો. પણ આ વખતે વરસાદ ખૂબ જ જોરદાર પડ્યો. નદીઓ છલકાઈ ગઈ અને ખેતરો પાણીથી ભરાઈ ગયાં. ખેડૂતોને લાગ્યું કે હવે તેમનો પાક બચશે નહીં. તેઓ ફરીથી દુઃખી થયાં.

એક બાળકે કહ્યું, "આ વરસાદ તો પહેલાં ઓછો પડતો હતો અને હવે વધારે પડે છે. આ તો બહુ જ લુચ્ચો છે.

32
આળસને અલવિદા

રોજ સવારે જ્યારે અજવાળું ફેલાતું, ત્યારે રાહુલને ઉઠવામાં બહુ મુશ્કેલી પડતી. આખો દિવસ તે પથારીમાં જ પડ્યો રહેતો. પુસ્તકો વાંચવાને બદલે મોબાઇલમાં જ ગળાડૂબ રહેતો. મમ્મી-પપ્પા તેને વારંવાર ઠપકો આપતા, પણ તેની આદત બદલાતી ન હતી.

એક દિવસ તેનો મિત્ર રોહન તેને મળવા આવ્યો. રોહન હંમેશાં ખુશખુશાલ અને ઉર્જાંથી ભરપૂર રહેતો. રોહને રાહુલને પૂછ્યું, "તું આખો દિવસ શું કરે છે?" રાહુલે કહ્યું, "કંઈ ખાસ નહીં, ફક્ત મોબાઇલ જ વાપરું છું." રોહને કહ્યું, "આવ, આજે આપણે સાથે સાઈકલ ચલાવીએ." રાહુલને આવું કરવાનું મન ન હતું, પણ રોહનના આગ્રહથી તે માની ગયો.

બહાર જઈને જ્યારે રાહુલે સાઈકલ ચલાવી ત્યારે તેને ખૂબ મજા આવી. તેને લાગ્યું કે તે ઘણો હળવો થઈ ગયો છે. તે દિવસે રાહુલે આળસ ખંખેરીને મોબાઇલને બદલે બહાર રમવાનું વધુ પસંદ કર્યું.

33
સાંકળનો સંબંધ

દાદીમાનાં હાથમાં બાંધેલી સોનાની પાતળી સાંકળ, એક નાનકડી કન્યાને હંમેશાં આકર્ષતી. એ સાંકળમાં નાનકડું તાળું લટકતું હતું, જેનાં પર એક નાનું મંદિરનું ચિત્ર કોતરેલું હતું. કન્યા દાદીમાને પૂછતી, "દાદી, આ સાંકળ ક્યાંથી આવી?" દાદીમા હસતી અને કહેતી, "બેટા, આ સાંકળ તારી માની દાદીએ મારી માને આપી હતી. આપણાં પરિવારમાં પેઢી દર પેઢી ચાલતી આવે છે. આ સાંકળ માત્ર સોનાની નથી, પણ આપણાં પરિવારનાં પ્રેમ અને આશીર્વાદની નિશાની છે." કન્યાને આ વાત ખૂબ ગમતી. તે દાદીમાનાં હાથમાંથી સાંકળ લઈને તેને કાન પાસે લગાવીને સાંભળતી. કદાચ તેને કોઈ અવાજ સંભળાતો ન હોય, પણ તેને લાગતું કે સાંકળ તેને કંઈક કહે છે. વર્ષો વીતી ગયા. કન્યા મોટી થઈ અને તેના લગ્ન થયા. લગ્નમાં દાદીમાએ તેને આ સાંકળ પહેરાવી. કન્યાને આનંદ થયો કે હવે આ સાંકળ તેનાં હાથમાં છે. દીકરી મોટી થઈ ત્યારે કન્યાએ આ સાંકળ તેની દીકરીને પહેરાવી. દીકરીને સાંકળ ગમી અને તે પૂછતી, "મમ્મી, આ સાંકળ ક્યાંથી આવી?" કન્યા હસતી અને કહેતી, "બેટા, આ સાંકળ તારી દાદીમાની દાદીએ મારી માને આપી હતી. આપણાં પરિવારમાં પેઢી દર પેઢી ચાલતી આવે છે. આ સાંકળ માત્ર સોનાની નથી, પણ આપણાં પરિવારનાં પ્રેમ અને આશીર્વાદની નિશાની છે."

34
ગરબો હેલે ચઢ્યો

ગામમાં નવરાત્રિનો તહેવાર આવ્યો હતો. મંદિરની આંગણે રોજ રાત્રે ગરબા રમવાનું આયોજન થયું હતું. નાનાં મોટાં બધાં જ ગરબામાં જોડાવા આતુર હતાં.

એક દિવસ, ગરબાની રમઝટમાં, ગામની એક નાનકડી છોકરી, રેણું ગુમ થઈ ગઈ. તેનાં માતા-પિતાએ દોડધામ મચાવી દીધી. ગામનાં લોકોએ દરેક ખૂણે તેને શોધવાનું શરૂ કર્યું.

કેટલાંક લોકોએ કહ્યું કે, તે મંદિરની પાછળના ભાગે ક્યાં જંગલ આવેલું છે ત્યાં ગઈ હશે. જંગલમાં અંધારું છવાઈ ગયું હતું. બધાં જ ડરી ગયાં હતાં. પરંતુ રેણુંનાં માતા-પિતા હિંમત ન હાર્યા. તે જંગલમાં અંધારામાં પણ રેણુંને શોધવા જતાં રહ્યાં. થોડી વાર પછી, દૂરથી એક નાનકડો અવાજ આવતો સંભળાયો. "મમ્મી, પપ્પા!" એ રેણુંનો અવાજ હતો. રેણું એક ઝાડની પાછળ ડરીને બેઠી હતી. તેણે જંગલમાં એક રસ્તો જોયો હતો અને તે રસ્તે ચાલતી ચાલતી ભટકી ગઈ હતી.

રેણુંનાં માતા-પિતાએ તેને ગળે લગાવી લીધી. બધાં ગામવાળાએ હાશકારો લીધો. રેણુંને ઘરે લઈ જવામાં આવી. તે રાત સૌએ મળીને ગરબા રમ્યાં, પરંતુ આ વખતે બધાં જ ખૂબ સાવચેત હતાં.

35
ભગવાનને અરજ

નિશાળની પાછળ નાના છોકરા રમે છે. તેમાંથી એક નાનો છોકરો, રોહન, થોડો અલગ હતો. તેને ગણિતમાં બહુ મુશ્કેલી પડતી હતી. દરરોજ શિક્ષક તેને ઠપકો આપતા. રોહન દિવસો દિવસ ખૂબ ઉદાસ રહેતો. એક રાત્રે રોહન ઊંઘમાંથી ઊઠ્યો. ચંદ્રનું નરમ પ્રકાશ તેનાં રૂમમાં આવી રહ્યું હતું. રોહન ધીમેથી બારી પાસે ગયો અને આકાશ તરફ જોવા લાગ્યો. તેણે ભગવાનને બોલાવ્યા. "હે ભગવાન, મને ગણિત સમજાવો. મને પરીક્ષામાં સારાં માર્ક્સ આવે એમ કરો." તે રાતથી રોહન દરરોજ રાત્રે ભગવાનને પ્રાર્થના કરવા લાગ્યો. તે ગણિતનાં પ્રશ્નોને ધ્યાનથી વાંચતો અને ભગવાનને મદદ માટે વિનંતી કરતો. કેટલાંક દિવસો પછી એક દિવસ શાળામાં, ગણિતના શિક્ષકે એક મુશ્કેલ પ્રશ્ન પૂછ્યો. સૌ કોઈ વિચારમાં પડી ગયાં. પરંતુ રોહન હાથ ઊંચો કરીને ઊભો થયો. શિક્ષકે તેને જવાબ આપવા કહ્યું. રોહન ધીમેથી ઉભો થયો અને બોલ્યો, "સર, આ પ્રશ્નનો જવાબ આ છે..." અને તેણે સાચો જવાબ આપ્યો. સૌ કોઈ આશ્ચર્યચકિત થઈ ગયાં. શિક્ષકે રોહનને ખૂબ વખાણ્યો. રોહન ખૂબ ખુશ થયો. તેણે સમજ્યું કે ભગવાને તેની પ્રાર્થના સાંભળી છે. તે દિવસથી રોહનનો ગણિતમાં રસ વધી ગયો. તેણે મહેનત કરી અને ગણિતમાં નિષ્ણાત બની ગયો. અને એક દિવસ તેણે ગણિતનાં શિક્ષક બનવાનું નક્કી કર્યું.

36
એક અનોખો ડૉક્ટર

શહેરના એક ખૂણે એક ક્લિનિક હતું. ત્યાં કામ કરતા ડૉ. સાગર. દરેક દર્દી માટે એક અલગ જ ઉપચાર કરતા. તેઓ માત્ર દવાઓ જ નહીં, પણ દરેક દર્દીની વાત ધીરજથી સાંભળતા. તેઓ માનતા હતા કે દરેક બીમારીની જડ મનમાં હોય છે.

એક દિવસ એક યુવક તેમની પાસે આવ્યો. તેને કોઈ શારીરિક બીમારી નહોતી, પરંતુ તે હંમેશાં ઉદાસ રહેતો. ડૉ. સાગરે તેની સાથે ઘણો સમય વિતાવ્યો અને તેનાં વિશે જાણ્યું. યુવકને તેનાં કામમાં રસ નહોતો લાગતો અને તે હંમેશાં એકલો જ રહેતો.

ડૉ. સાગરે યુવકને એક અનોખો ઉપચાર સૂચવ્યો. તેમણે યુવકને દરરોજ એક નવું કામ કરવાનું કહ્યું. પહેલાં દિવસે તેને એક નવું પુસ્તક વાંચવાનું કહ્યું, બીજા દિવસે એક નવી જગ્યાએ જવાનું કહ્યું. આ રીતે યુવકે દરરોજ કંઈક નવું કરવાનું શરૂ કર્યું. થોડાં દિવસો પછી યુવકમાં ઘણો ફેરફાર જોવા મળ્યો. તે હવે ઉદાસ ન રહેતો. તેને નવાં કામોમાં રસ પડવા લાગ્યો. તેણે નવી નવી જગ્યાઓ જોઈ અને નવાં લોકોને મળ્યો. થોડાં મહિના પછી યુવક ફરીથી ડૉ. સાગરને મળ્યો. તે ખૂબ ખુશ હતો. તેણે ડૉ. સાગરને કહ્યું કે, 'તેનું જીવન બદલાઈ ગયું છે. તેને હવે ખબર પડી કે જીવનમાં નવા અનુભવો કેટલા મહત્ત્વના છે.'

ડૉ. સાગરે યુવકને કહ્યું, "બીમારીઓને માત્ર દવાઓથી જ દૂર કરી શકાતી નથી. ક્યારેક ક્યારેક આપણે આપણાં મનને પણ સ્વસ્થ રાખવું પડે છે. નવાં અનુભવો આપણાં મનને તાજાં રાખે છે અને આપણને ખુશ રહેવામાં મદદ કરે છે."

37

નુકસાન

એક સાંજે, જ્યારે સૂર્ય આથમી રહ્યો હતો અને આકાશ લાલચટક રંગોથી શણગારાયું હતું, ત્યારે એક નાનો છોકરો રમતમાં એટલો મસ્ત હતો કે તેને આસપાસનું કંઈ જ દેખાતું ન હતું. તે દોડતો, કૂદતો અને હસતો હતો. અચાનક, તેનો પગ એક કાચના ટુકડા પર વાગ્યો અને તે ઘાયલ થઈ ગયો. તેનાં હાથમાંથી એક મોંઘું રમકડું પણ ફૂટી ગયું. તે રડી પડ્યો અને તેનાં માતા-પિતાને બોલાવવા લાગ્યો.

તેનાં માતા-પિતા દોડીને આવ્યાં અને તેને સાંત્વના આપવા લાગ્યા. તેણે પોતાનાં રમકડા તરફ જોયું અને રડવા લાગ્યો. તેનાં પિતાએ તેને કહ્યું, "બેટા, રમકડું તો ફરીથી ખરીદી શકાય છે, પરંતુ આ ઘા ઓછામાં ઓછાં એક અઠવાડિયામાં જરૂર મટી જશે. આપણે હંમેશાં સાવધાની રાખવી જોઈએ, જેથી આવી કોઈ ઘટના ન બને."

છોકરાએ પોતાની ભૂલ સ્વીકારી અને તેના પિતાની વાત માની લીધી. તેણે પોતાને સાંત્વના આપી અને નવા રમકડા વિશે વિચારવા લાગ્યો.

38
કડવું સત્ય

રમતનાં મેદાનમાં એક નાનો છોકરો બેઠો હતો. તેનાં હાથમાં એક ફૂટબોલ હતો, પણ તે તેને ફેંકતો ન હતો. તેની નજર આકાશમાં લાગી રહી હતી. આજે તેનો પ્રથમ ફૂટબોલ મેચ હતો અને તે ખૂબ ઉત્સાહિત હતો. તેનાં મિત્રો મેદાનમાં દોડધામ કરતાં હતાં, ગોલ કરવાનો પ્રયત્ન કરતાં હતાં. પરંતુ આ છોકરો એકલા બેઠો હતો. કારણ કે તેને ટીમમાં સામેલ ન કરવામાં આવ્યો હતો. તેનાં મિત્રો તેને કહેતાં હતાં કે, "તું ખૂબ નાનો છે, તું આટલો મોટો બોલ ફેંકી શકશે નહીં." આ સાંભળીને છોકરાનાં મનમાં એક કડવું સત્ય ઉભું થયું. તેને સમજાયું કે દરેક વ્યક્તિ સમાન નથી હોતી. દરેકને સમાન તક મળતી નથી. કદાચ તે નાનો હતો, પણ તેનામાં પણ ફૂટબોલ રમવાની ઇચ્છા હતી. ઘરે આવીને તેણે પોતાનાં પિતાને આ બધું જણાવ્યું. તેનાં પિતાએ તેને ગળે લગાવીને કહ્યું, "બેટા, જીવનમાં આવાં ઘણાં ઉતાર-ચઢાવ આવતા રહે છે. આજે તને ન મળી હોય તે તક કાલ મળી શકે છે. તારે હિંમત ન હારવી. મહેનત કરતો રહેજે."

આ શબ્દોએ છોકરાને નવી ઉર્જા આપી. તેણે નક્કી કર્યું કે તે મહેનત કરીને એક દિવસ ફૂટબોલ ટીમમાં સામેલ થશે. અને મોટો થતા તેનો ગોલ એણે પૂરો પણ કર્યો.

39
ધનવાન અને ગરીબ

એક ગામમાં એક ધનવાન અને એક ગરીબ માણસ રહેતો હતો. ધનવાન માણસ પાસે ખૂબ જ સંપત્તિ હતી, પરંતુ તે હંમેશાં અંદરથી ખૂબ જ અશાંત રહેતો. તેને એ વાતની ચિંતા રહેતી કે કોઈક દિવસ તેની બધી જ સંપત્તિ ખોવાઈ જશે.

જ્યારે ગરીબ માણસ પાસે કંઈ જ ન હતું તો પણ તે ખૂબ જ ખુશ રહેતો. તેને એ વાતની ખુશી હતી કે તેની પાસે એક સારું સ્વાસ્થ્ય અને એક સારો પરિવાર છે.

એક દિવસ, ધનવાન માણસ ગરીબ માણસ પાસે ગયો અને તેને પૂછ્યું, "તું એટલો ખુશ કેમ રહે છે? મારી પાસે તો બધું છે છતાં હું ખુશ નથી રહી શકતો."

ગરીબ માણસે હસીને કહ્યું, "તને ખુશી મળશે ત્યારે જ્યારે તું સંપત્તિને બદલે સંબંધોને મહત્વ આપવાનું શીખી જશે." ધનવાન માણસે ગરીબ માણસની વાતને ધ્યાનમાં લીધી અને પોતાનાં જીવનમાં થોડા ફેરફાર કર્યા. તેણે પોતાનો સમય પોતાનાં પરિવાર અને મિત્રો સાથે વિતાવવાનું શરૂ કર્યું. તેણે દાન કરવાનું અને ગરીબોની મદદ કરવાનું શરૂ કર્યું. થોડાં સમયમાં તે ખૂબ જ ખુશ થઈ ગયો.

40
ઈરાદો

રસ્તો લાંબો હતો, મંજિલ અનંત લાગતી હતી. પગ થાકી ગયા હતા, શરીર તૂટી પડવા માંડ્યું હતું પણ નજર એક જ બિંદુ પર સ્થિર હતી. એક દિવસ આ મંજિલ મારી થશે, આ વિચાર જ એને ચાલતો રાખતો હતો.

એને યાદ આવ્યું, બાળપણમાં જ્યારે એ પોતાના પિતાને પૂછતો કે, "પપ્પા, આપણે આટલું બધું શા માટે કરીએ છીએ?" ત્યારે તેનાં પિતા હસીને કહેતા, "બેટા, એક દિવસ તું આ બધું સમજી જઈશ."

આજે એને સમજાયું કે તેનાં પિતાએ શું કહ્યું હતું. એનો ઈરાદો જ એની શક્તિ હતો. એ ઈરાદાને પકડી રાખવા માટે એણે ઘણું સહન કર્યું હતું. અને આજે એ અંતે પોતાની મંજિલની નજીક હતો.

એણે આકાશ તરફ નજર ઉઠાવી અને મનમાં કહ્યું, "હું આવી ગયો છું." અને પછી એ આગળ વધતો ગયો, એક નવા સફરની શરૂઆત કરવા.

41
શાંતિનો સૂર

રસોડામાં ગરમાગરમ પૂરીઓ તળાતી હતી. વહુ, આરતી, પૂરીઓ પલટતી હતી અને સાસુ, કાન્તાબેન, કઢી બનાવતાં હતાં. એક સમયે, આરતીએ થાળી લઈને કાન્તાબેનને આધારે આપી, "આજે મારે બજાર જવું છે, તમે બધું મેનેજ કરી લેશો ને?"

કાન્તાબેને સ્મિત કરતાં કહ્યું, "બેટા, તું જા, બધું ઠીક છે. મને નવું નવું જમવાનું બનાવવામાં મજા આવે છે."

આરતી હસી પડી. એને કાન્તાબેનની આ અણધારી પ્રતિક્રિયા ગમી ગઈ. પહેલાં એને લાગતું હતું કે કાન્તાબેનને એની સાથે ક્યારેય સારું લાગતું નહીં હોય. પરંતુ આજે એને લાગ્યું કે એ બંને વચ્ચે ધીમે ધીમે એક સારો સંબંધ બની રહ્યો છે.

જ્યારે આરતી બજારથી પરત આવી ત્યારે કાન્તાબેને એના માટે એક કપ ચા તૈયાર કરી રાખી હતી. એણે આરતીને પૂછ્યું, "બજારમાં શું નવું આવ્યું છે?"

આરતીએ કાન્તાબેનને બધું જ વિગતે જણાવ્યું. એ દિવસે રાત્રે બંને સાથે બેસીને વાતો કરતાં રહ્યા. એમને લાગ્યું કે આ શાંતિનો સૂર હવે કાયમ રહેશે.

42
કરુણાની ક્ષણ

રણમાં રખડતું એક કૂતરું, તરસથી વ્યાકુળ, અંધારામાં એક નાનકડી ઝાડી પાસે પહોંચ્યું. ઝાડીમાંથી એક નાનકડું બચ્ચું બહાર નીકળ્યું. કૂતરાએ તેને જોઈને મોંમાં પાણી ભરી લીધું. પરંતુ, જ્યારે બચ્ચાની નિદોષ આંખોએ તેને જોયું, ત્યારે કૂતરાનું હૃદય પીગળી ગયું. તેણે પાણી પીવાને બદલે, બચ્ચાને પોતાનું દૂધ પીવડાવ્યું.

રણની મધ્યમાં, જ્યાં જીવનનું અસ્તિત્વ જોખમમાં હતું, ત્યાં કરુણાની આ અદ્ભુત ઘટના બની.

43
ઈલાજ

ધરતી ધ્રુજતી હતી. જાણે બીમાર હોય. વૃક્ષો પાંદડાં ઉખેડી નાંખતાં હતાં. નદીઓ પોતાનાં કિનારા છોડીને દોડી જતી હતી. પ્રાણીઓ અકળાઈને ફરતાં હતાં. માણસો પણ બીમાર થઈ ગયા હતાં.

ડૉક્ટરો દવાઓ બનાવતાં હતાં. પરંતુ કોઈ દવા કામ કરતી ન હતી. ધરતીનો તાવ વધતો જતો હતો. એક દિવસ એક નાનકડું છોકરું ધરતીની પાસે આવ્યું. તેણે ધરતીને પૂછ્યું, "તને શું થયું છે?"

ધરતીએ કહ્યું, "માણસો મને બીમાર કરી રહ્યાં છે. તેઓ મને પ્રદૂષિત કરી રહ્યાં છે. મને બચાવો."

છોકરાએ માણસોને એકઠા કર્યાં અને ધરતીને બચાવવાનું નક્કી કર્યું. તેઓએ વૃક્ષો વાવ્યાં, નદીઓને સાફ કરી અને પ્રદૂષણ ઓછું કર્યું. ધીમે ધીમે ધરતી સ્વસ્થ થવા લાગી.

44
સમજદારી

સમુદ્ર કિનારે બેઠેલો છોકરો રેતી પર આકૃતિઓ બનાવી રહ્યો હતો. અચાનક એક મોટું મોજું આવીને તેની બધી મહેનત બરબાદ કરી નાખી. તે ગુસ્સે થઈને પથ્થરો ઉપર પગ મારવા લાગ્યો.

ત્યાંથી પસાર થતો એક વૃદ્ધ માણસ તેની પાસે આવ્યો અને કહ્યું, "બેટા, સમુદ્રને ગુસ્સે કરીને શું ફાયદો? તે તો પોતાનું કામ કરે છે. તું તારી મહેનતને બદલે નવી આકૃતિ બનાવ."

છોકરાએ વૃદ્ધનાં શબ્દો પર વિચાર કર્યો. તેને સમજાયું કે ગુસ્સો કરવાથી કંઈ સુધરવાનું નથી. તેણે નવી આકૃતિ બનાવવાનું શરૂ કર્યું અને આ વખતે તેણે એક મોટું સુંદર ઘર બનાવ્યું.

થોડી વારમાં જ ફરી એક મોજું આવ્યું
અને ઘર ધોવાઈ ગયું. પરંતુ આ વખતે છોકરો હસી પડ્યો. તેણે વૃદ્ધને કહ્યું, "દાદા, મને ખબર છે કે સમુદ્રની આ પ્રકૃતિ છે. હું ફક્ત આનંદ માટે આ કરું છું."

વૃદ્ધ માણસ ખુશ થઈ ગયો અને છોકરાનાં માથે હાથ ફેરવીને કહ્યું, "તું ખૂબ જ સમજદાર છે, બેટા."

45
ધરોહર

પાળામાંથી નીકળતી ધૂળનાં કણો જૂનાં ફોટોગ્રાફ પર પડતાં હતાં. એક જૂની સ્ત્રી આંગળીથી ધૂળ લૂછતી હતી. ફોટોમાં એક યુવાન દંપતી હાસ્યમાં ખીલી ઉઠેલું હતું. તે સ્ત્રીની આંખોમાં આંસુ હતાં, પણ તેનાં હોઠ પર હળવી મુસ્કાન હતી.

આ ફોટો એનાં પતિનો હતો. મહાત્મા ગાંધીના અનુયાયી, આઝાદીની લડતમાં જોડાયેલો એક યુવાન. તેનાં પતિની યાદોમાં ખોવાયેલી આ સ્ત્રીને તેનાં પતિનો અવાજ કાને પડ્યો. "આઝાદી એટલે માત્ર રાજકીય સ્વતંત્રતા નથી, દરેક વ્યક્તિએ પોતાનાં મનને ગુલામીમાંથી મુક્ત કરાવવું પડે છે."

આ સ્ત્રીએ આખી જિંદગી, આ વાતને જીવી હતી. એણે પોતાનાં પતિનાં સપનાંને સાચાં કરવા માટે સમાજસેવા કરી હતી. આજે એ જૂની થઈ ગઈ હતી, પણ એનાં હૃદયમાં એ જ જુવાન યોદ્ધા વસતો હતો.

આ ફોટો એ માત્ર એક ફોટો નહોતો, પણ એ એક ધરોહર હતી. એ એક યુગનો સાક્ષી હતો. એ એક સ્ત્રીની અંદર રહેલી શક્તિનું પ્રતીક હતું. એ એક આશાનું કિરણ હતું જે આવનારી પેઢીને પ્રેરણા આપતું હતું.

46
સરખામણી

બે મિત્રો, એક સફરમાં. એક પાસે નવી ચમકદાર કાર, બીજા પાસે જૂની સાઈકલ. કારવાળો ગ્રામ્ય વિસ્તારનાં ખાડાવાળાં રસ્તા પર કાર ચલાવીને હેરાન થતો હતો. સાઈકલવાળો, કુદરતની હરિયાળી અને તાજી હવા માણી રહ્યો હતો.

કારવાળો બોલ્યો, "તારું સાયકલ કેટલું જૂનું છે ! મારી કાર તો નવી છે, એમાં એરકંડીશન, મ્યુઝિક સિસ્ટમ બધું છે."

સાઈકલવાળો હસીને બોલ્યો, "તારી કાર તો માત્ર એક યાન છે, મારી સાઈકલ મારો મિત્ર છે. એ મને કુદરત સાથે જોડે છે."

કારવાળો થોડી વાર વિચારમાં પડ્યો. તેને ખ્યાલ આવ્યો કે સુખ-દુઃખ એ વસ્તુઓમાં નથી, પરંતુ મનની સ્થિતિમાં છે.

રાત્રે, બંને મિત્રો તારાઓની નીચે બેઠાં હતાં. કારવાળાએ સાઈકલવાળાને પૂછ્યું, "તારી સાયકલ તને ક્યાં લઈ જશે ?"

સાઈકલવાળો હસીને બોલ્યો, "મારી સાઈકલ મને દુનિયાનાં દરેક ખૂણે લઈ જશે, કારણ કે મારું હૃદય ખુલ્લું છે."

47

ઋણાનુબંધ

ચંદ્રનાં નરમ કિરણો વચ્ચે બેઠેલાં વૃદ્ધાએ પોતાનાં હાથમાં એક ફોટોફ્રેમ જોયો. એમાં એક નાનો છોકરો હસતો હતો. આજે એ છોકરો એક સફળ વકીલ હતો.

"મારી માતાએ મને હંમેશાં કહ્યું હતું કે, કોઈને તમે મદદ કરો તો ભૂલી જાઓ, પરંતુ જેણે તારી મદદ કરી હોય તેને ક્યારેય ભૂલશો નહીં."

વૃદ્ધાએ આંખો બંધ કરી અને એ દિવસ યાદ કર્યો જ્યારે એ ગરીબ હતી અને એનાં પુત્રને ભણાવવા માટે સંઘર્ષ કરતી હતી. એક દિવસ એક અજાણ્યો માણસ એની પાસે આવ્યો અને એનાં પુત્રનાં ભણતરનો ખર્ચ ઉઠાવવાની ઓફર કરી.

"મને ખબર ન હતી કે એ કોણ હતો, પરંતુ એણે મારું જીવન બદલી નાખ્યું. આજે હું એના જેવી જ બીજા કોઈને મદદ કરવા માંગુ છું."

વૃદ્ધાએ એક યુવાનને ફોન કર્યો જે એક ગરીબ વિદ્યાથીને સ્પોન્સર કરવા માંગતો હતો. ફોન પર વાત કરતાં એનાં મનમાં શાંતિનો અનુભવ થયો.

48
મન મંદિર

સુરતની વ્યસ્ત શેરીઓમાં એક ઓરડો, એક મંદિર. દીવાલો પર કોઈ દેવતાની છબિ નહીં, પણ વિવિધ ભાષાઓનાં શ્લોક, પ્રાર્થનાઓ. એક નાનકડાં ટેબલ પર ધૂપની આરતી થાય છે અને ફ્લોર પર વિવિધ ધર્મનાં લોકો ધ્યાન કરે છે.

આ મંદિરનો સ્થાપક, એક યુવાન કહે છે, "દરેકનું મન એક મંદિર છે. આપણે જેને પૂજીએ છીએ એ આપણાં અંદર જ રહેલું છે. આ મંદિર એ માત્ર એક સ્થળ છે જ્યાં આપણે આપણી જાતને શોધી શકીએ."

એક દિવસ, એક નાનો છોકરો મંદિરમાં આવે છે. તેનાં હાથમાં એક તૂટેલું રમકડું છે. તે રડતો રડતો ધ્યાન કરવા બેસી જાય છે. થોડી વાર પછી, તે શાંત થઈ જાય છે અને તેનું રમકડું સુધારવા લાગે છે.

આ મંદિરમાં કોઈ ધર્મ નથી, કોઈ જાતિ નથી. અહીં માત્ર શાંતિ છે, પ્રેમ છે, અને આત્મશોધ છે.

49
અજુગતું

રણમાં એક ફૂલ ખીલ્યું. રંગબેરંગી નહીં, માત્ર સફેદ. પાણીના એક ટીપા વગર, પવનનાં એક ઝાપટાં વગર, માત્ર રેતીનાં ઢગલા પર. એ ફૂલ અજુગતું હતું. બધાં જીવજંતુઓ એને જોવા આવ્યાં. પક્ષીઓએ એનાં પર ગીત ગાયાં. કીટકોએ એનાં પર અમૃત પીધું.

પણ ફૂલને આ બધું ગમ્યું નહીં. એને તો એક એવું સ્થાન જોઈતું હતું જ્યાં ફક્ત એ જ હોય. એકાંતમાં ખીલવાની ઇચ્છા હતી. એણે પોતાની જાતને રેતીમાં દબાવી દીધી. બધાંએ એને શોધ્યું પણ મળ્યું નહીં.

કેટલાંક દિવસો પછી એ ફૂલ ફરી ખીલ્યું. આ વખતે એણે પોતાની આસપાસ એક કાંટાળી વાડ બનાવી લીધી. કોઈ પણ જીવજંતુ એની નજીક આવી શક્યું નહીં. એકાંતમાં એ ખુશ હતું. પણ આ ખુશી લાંબી ચાલી ન શકી. એક દિવસ એક વાવાઝોડું આવ્યું અને એ ફૂલને ઉખાડી નાખ્યું.

ફરી એકવાર રણમાં એકાંત છવાઈ ગયું. અને ફરી એકવાર રેતી પર એક નવું ફૂલ ખીલવાની રાહ જોવાતી હતી.

50
સ્વરૂપ

રોજ સવારે એ અરીસામાં પોતાનું સ્વરૂપ જોઈને અનુપમાને એક વિચિત્ર આનંદ થતો. એની આંખો, એનાં વાળ, એનું હાસ્ય... બધું જ એને એક નવી દુનિયામાં લઈ જતું. એ દુનિયામાં એ એકલી હતી, પણ એકદમ ખુશ હતી.

પણ એક દિવસ, અરીસો તૂટી ગયો. ટુકડાઓમાં વિખરાયેલું એનું સ્વરૂપ જોઈને અનુપમાને લાગ્યું કે કંઈક ખૂબ મોટું ગુમાવી બેઠી છે. એ અરીસા વિના પોતે અધૂરી છે. દિવસો પસાર થયાં, પણ અનુપમાની આંખોમાંથી ચમક ગાયબ થઈ ગઈ હતી.

એક દિવસ, એક નવો અરીસો ઘરમાં આવ્યો. અનુપમાએ ધીમેથી પોતાનું મુખ જોયું. એ જ સ્વરૂપ, પણ કંઈક બદલાયેલું. એને ખ્યાલ આવ્યો કે સ્વરૂપ એટલે માત્ર અરીસામાં દેખાતી છબી નથી, પણ એનામાં વસતી આત્માની અનુભૂતિ પણ છે.

અને એ દિવસથી અનુપમાએ નવાં અરીસામાં નવું સ્વરૂપ શોધવાનું શરૂ કર્યું. એ સ્વરૂપ જે દररોજ બદલાતું રહેતું, પરંતુ એની અંદરની ખુશી ક્યારેય નહીં.

51
અંતરની દોરી

રણમાં એક વૃક્ષ. એકલું, ઉદાસ. પાંદડાઓ પીળાં પડી રહ્યાં હતાં. એક દિવસ, એક નાનકડું પંખી આ વૃક્ષ પર આવ્યું. થાકીને બેસી ગયું. વૃક્ષે પૂછ્યું, "તું ક્યાંથી આવી રહ્યું છે?"

પંખીએ જવાબ આપ્યો, "દૂર દૂરથી. મને પાણી મળતું નથી."

વૃક્ષે પોતાનાં મૂળમાંથી નીકળતું થોડું પાણી પંખીને પીવા આપ્યું. પંખીએ તાજગી અનુભવી. દરરોજ એ પંખી વૃક્ષ પાસે આવતું અને વૃક્ષ એને પાણી આપતું.

કેટલાંક દિવસો પછી, વૃક્ષને પાંદડાં આવવા લાગ્યાં. તે ફરીથી લીલુંછમ થઈ ગયું. એને ખબર પડી કે પંખીના કારણે જ તે ફરીથી જીવનમાં આવ્યું છે. વૃક્ષ અને પંખી વચ્ચે એક અદ્ભુત બંધન જામી ગયું.

રણમાં એકલતા ભૂલીને, બંને મિત્રોએ સાથે મળીને નવું જીવન શરૂ કર્યું. આ રણમાં એક નવી દોસ્તી ખીલી ઉઠી, એક અદ્રશ્ય દોરી જે બંનેને એકબીજા સાથે જોડી રાખતી હતી.

52
અંતિમ પત્ર

ધરતીએ પોતાનો અંતિમ શ્વાસ લીધો. આકાશ લાલચટક થઈ ગયું હતું. સમુદ્રો ઉકળવા લાગ્યા હતાં. માણસોએ આખરી ક્ષણોમાં એકબીજાને ગળે લગાડ્યાં. બાળકોએ માતાનાં હાથ પકડી રાખ્યા.

એક નાનકડા ટાપુ પર, એક લેખકે પોતાનો છેલ્લો પત્ર લખ્યો. "પ્રિય ધરતી, તારાં વિનાનું આ અંધારું મને ડરાવે છે. તારાં રંગબેરંગી ફૂલો, તારાં ઊંચાં ઊંચાં પર્વતો, તારાં મીઠાં મીઠાં પાણી, બધું જ યાદ આવે છે. માફ કરજે, અમે તને બચાવી શક્યાં નહીં."

પત્ર પૂરો કરતાંની સાથે જ, ટાપુ ડૂબવા લાગ્યો. લેખકે આકાશ તરફ નજર કરી અને હસ્યો. કદાચ, આ નવી શરૂઆત હતી. કદાચ, ક્યાંક અન્ય ગ્રહ પર, કોઈ નવો લેખક કોઈ નવી દુનિયા વિશે લખી રહ્યો હશે.

53
સમાજ

રસ્તાની એક બાજુએ એક અરીસો ઊભો હતો. દિવસભર તેમાં વિવિધ ચહેરાઓ છવાતાં. કોઈ હસતું, કોઈ રડતું, કોઈ ગુસ્સે થતું. એક દિવસ, એક વૃદ્ધ માણસ અરીસા સામે ઊભો રહ્યો. તેણે પોતાનાં કરચલીવાળા ચહેરા પર નજર નાખી. આંખોમાં આંસુ આવી ગયાં.

"ક્યારે આટલો વૃદ્ધ થઈ ગયો હું ?" તેણે પોતાને પૂછ્યું.

અરીસામાંથી એક અવાજ આવ્યો, "તું વૃદ્ધ નથી થયો, સમાજે તને વૃદ્ધ બનાવી દીધો છે."

વૃદ્ધ માણસ ચોંકી ઉઠ્યો. અરીસામાંથી અવાજ ફરી આવ્યો, "તારી યુવાની, તારાં સપનાં, તારી આશાઓ બધું સમાજે ચૂંટી લીધું છે. તું ફક્ત સમાજની અપેક્ષાઓ પૂરી કરવામાં વ્યસ્ત રહ્યો."

વૃદ્ધ માણસને પોતાની ભૂલનો અહેસાસ થયો. તેણે અરીસા તરફ જોયું અને હસ્યો.

"આજથી નહીં, હું ફરીથી મારી યુવાની જીવીશ."

અરીસામાં એક નવો ચહેરો દેખાયો, એક યુવાનનો ચહેરો.

54
જરૂરિયાત

અંધારામાં ઝબકતો દીવો એકલી બેઠેલી સ્ત્રીને આશાનું કિરણ બનીને દેખાયો. ઘરની બારીઓમાંથી ઝાંખા પ્રકાશનો ઉજાસ બહાર આવતો હતો. તેણે દીવો પકડીને બારી પાસે જઈને બહાર જોયું. આખું ગામ ઊંઘમાં ડૂબેલું હતું. પણ તેને ઊંઘ આવતી ન હતી.

તેની નજર આગળનાં ઝાડ પર અટકી ગઈ. ઝાડ પર એક નાનું પંખી બેઠું હતું. પંખી ફુંફુંવાતું હતું. સ્ત્રીએ ઝાડની નીચે જઈને પંખીને પોતાનાં હાથમાં લીધું. પંખી ધ્રૂજતું હતું. સ્ત્રીએ પંખીને અશેકું દૂધ પીવડાવ્યું. થોડી વારમાં પંખી સુખચેનથી સૂઈ ગયું.

સ્ત્રીએ પંખીને પાછું ઝાડ પર બેસાડી દીધું. પછી તે ઘરની અંદર આવી અને પોતાનાં પલંગ પર સૂઈ ગઈ. આજે તેને ઊંઘ આવી ગઈ. કારણ કે આજે તેને કોઈની જરૂરિયાત સંતોષવાનો અનુભવ થયો હતો.

55

દૂરંદેશી

આકાશમાં તારા ટમકતા હતાં. નાનો હેમંત ઘરની બારી પાસે બેસીને આકાશ તરફ જોતો હતો. દાદાએ તેનાં માથા પર હાથ ફેરવી કહ્યું, "હેમંત, જો આકાશમાં કેટલા તારા છે ! દરેક તારો એક નવી વાર્તા કહે છે." હેમંતે આંખો મીંચીને એક તારાને જોયો. તેને લાગ્યું કે એ તારો એક જહાજ છે જે અજાણી દુનિયા તરફ જઈ રહ્યું છે. દાદાની વાત યાદ આવી અને તેણે દાદાને પૂછ્યું, "દાદા, આપણે પણ ક્યારેય અજાણી દુનિયામાં જઈ શકીએ?" દાદા હસી પડ્યા અને કહ્યું, "બેટા, આપણે બધાં જ અજાણી દુનિયામાં જઈએ છીએ. દરરોજ આપણે કંઈક નવું શીખીએ છીએ, કંઈક નવું અનુભવીએ છીએ. એ જ નવી દુનિયા છે."

હેમંતે દાદાની વાત ધ્યાનથી સાંભળી. તેને ખ્યાલ આવ્યો કે દૂરંદેશી એ માત્ર આકાશમાં તારા જોવાની નથી, પરંતુ આપણી આસપાસની દુનિયાને નવી નજરે જોવાની છે. દરેક વસ્તુમાં કંઈક નવું શોધવાની છે. એ રાત પછી, હેમંત દરરોજ નવી વસ્તુઓ શોધવા લાગ્યો. એક દિવસ, તેણે એક નાનકડા કીડાને જોયો જે પાંદડા પર ચઢી રહ્યો હતો. તેણે કીડાને ધ્યાનથી જોયો અને વિચાર્યું કે કીડો ક્યાં જઈ રહ્યો હશે ? શું તેને પણ કોઈ અજાણી દુનિયા મળશે ?

56
वास्तविकता

દિવ્યાંગે હંમેશાં દીવાલો જોઈ હતી. ઘરની દીવાલો, શાળાની દીવાલો, શહેરની દીવાલો. દરેક દીવાલ પર કંઈક લખેલું હોય, કોતરેલું હોય, ચિત્રો બનાવેલાં હોય. દીવાલોએ તેને જીવનનાં પાઠ શીખવ્યા. એક દિવસ તેણે પોતે પણ એક દીવાલ પર લખ્યું, "દીવાલો માત્ર પથ્થરની નથી હોતી, ક્યારેક એ સપનાંની પણ હોય છે."

થોડા દિવસો પછી, તેણે જોયું કે કોઈકે તેનાં લખાણ પર આગળ લખ્યું છે, "પણ સપનાં તોડવાની હોય છે." દિવ્યાંગે આ વાક્ય પર વિચાર કર્યો. શું સપનાં તોડવા જરૂરી છે? શું દીવાલો હંમેશાં સપનાંને રોકે છે ?

તેણે નક્કી કર્યું કે તે દીવાલોને તોડશે નહીં, પરંતુ તેનાં સપનાંને વધુ મજબૂત બનાવશે. તેણે દરરોજ થોડું થોડું કરીને દીવાલ પર લખવાનું શરૂ કર્યું. તેનાં સપનાં, તેની આશાઓ, તેનો ડર, તેની ખુશીઓ. દીવાલ હવે માત્ર એક દીવાલ નહોતી, પણ તેનું જીવન હતું.

એક દિવસ, એક વૃદ્ધ માણસ તેની પાસે આવ્યો અને કહ્યું, "બેટા, તું ખૂબ સુંદર લખે છે. તારાં શબ્દોમાં જીવન છે." દિવ્યાંગ ખુશ થઈ ગયો. તેને ખ્યાલ આવ્યો કે દીવાલો માત્ર પથ્થરની નથી હોતી, ક્યારેક એ આપણને બીજા સાથે જોડવાનું કામ પણ કરે છે.

57
શિક્ષક

શાળાનાં છેલ્લાં દિવસે, વિદ્યાર્થીઓએ શિક્ષકને વિદાય આપવા એક કાર્ડ આપ્યું. કાર્ડ પર લખ્યું હતું, "સર, તમે અમને માત્ર અક્ષરો જ નહીં, પણ જીવનનાં પાઠ પણ શીખવ્યા. આભાર." શિક્ષકે કાર્ડ વાંચીને સ્મિત કર્યું, પણ તેનાં મનમાં એક પ્રશ્ન ઊભો થયો. શું તેણે ખરેખર તેમને જીવનનાં પાઠ શીખવ્યા હતાં ?

તે દિવસે રાત્રે, તેણે પોતાનાં બાળપણની એક ઘટનાને યાદ કરી. તે નાનો હતો ત્યારે તેનાં શિક્ષકે તેને ક્લાસમાંથી બહાર કાઢીને કહ્યું હતું કે, "તું ક્યારેય કંઈ બનશે નહીં." તે શબ્દોએ તેનાં મન પર કેટલી ઊંડી અસર કરી હતી. તેણે નક્કી કર્યું હતું કે તે પોતાનાં વિદ્યાર્થીઓ સાથે આવું ક્યારેય નહીં કરે.

આજે, જ્યારે તેણે પોતાનાં વિદ્યાર્થીઓની આંખોમાં આભારની લાગણી જોઈ, ત્યારે તેને ખ્યાલ આવ્યો કે શબ્દોની શક્તિ કેટલી મહાન છે. એક શિક્ષક તરીકે, તેણે ન માત્ર વિદ્યાર્થીઓને જ્ઞાન આપ્યું હતું, પરંતુ તેણે તેમનાં મનમાં આશા અને વિશ્વાસનું બીજ પણ વાવ્યું હતું.

58

શાણપણ

એક ગામમાં એક બુદ્ધિમાન વૃદ્ધ રહેતો હતો. ગામનાં લોકો તેની પાસે મુશ્કેલ સમસ્યાઓ લઈને આવતાં. એક દિવસ એક યુવક તેની પાસે આવ્યો અને કહ્યું, "મને કહો કે શાણપણ કેવી રીતે મેળવી શકાય?" વૃદ્ધ હસ્યો અને કહ્યું, "તારી પાસે એક ખાલી ઘડો છે. તેને પાણીથી ભરીને લાવ." યુવકે તેમ કર્યું. વૃદ્ધે કહ્યું, "હવે તે ઘડો ભરીને મારી પાસે આવ." યુવકને આ વાત અજીબ લાગી પરંતુ તેણે વૃદ્ધની વાત માની.

ઘડો પહેલેથી જ પાણીથી ભરેલો હોવાથી તેને ફરીથી ભરવાનું શક્ય ન હતું. યુવક પાછો ફર્યો અને વૃદ્ધને કહ્યું, "ઘડો પહેલેથી જ ભરેલો છે, તેમાં પાણી કેવી રીતે ભરી શકાય?" વૃદ્ધે કહ્યું, "તારું મન પણ આ ઘડા જેવું છે. જ્યાં સુધી તું તેને ખાલી નહીં કરે ત્યાં સુધી તું નવું શીખી શકશે નહીં. તારાં મનમાં જે જૂનાં વિચારો છે, તેને છોડી દે. નવાં વિચારોને સ્થાન આપ. આ જ શાણપણનો રસ્તો છે."

યુવક વૃદ્ધની વાત સમજી ગયો. તેણે પોતાનાં મનને ખાલી કરવાનું શરૂ કર્યું અને નવાં વિચારોને સ્વીકારવા લાગ્યો. થોડાં સમય પછી તે ખૂબ જ બુદ્ધિમાન બની ગયો.

59
તમાચો

ઘરમાં એક અજીબ શાંતિ છવાયેલી હતી. ઘડિયાળની ટીક-ટીક અવાજ સિવાય કંઈ સંભળાતું નહોતું. માની આંખોમાં આંસુ હતાં, પિતાનાં હાથમાં લાલ નિશાન. બાળક ધીમેથી પોતાનાં રૂમમાં ગયો અને ખિડકીમાંથી બહાર જોવા લાગ્યો. આકાશ નીલું હતું પણ તેને કંઈ જોવા મળતું ન હતું.

રાત્રે, બાળક ઊંઘમાંથી જાગી ગયો. તેણે પિતાને તેમનાં રૂમમાં જતા જોયા. પિતા બેઠા હતા અને હાથમાં એક પુસ્તક હતું. બાળક ધીમેથી પિતાની પાસે ગયો અને તેમના હાથમાંનું પુસ્તક લઈ લીધું. તેણે પુસ્તકમાં એક ચિત્ર જોયું. એક માણસ બીજા માણસને તમાચો મારી રહ્યો હતો. બાળકે પુસ્તક બંધ કર્યું અને પિતાને પાછું આપી દીધું. પછી તેણે પિતાને ગળે લગાવી લીધું.

સવારે, નાસ્તાની ટેબલ પર સૌ કોઈ શાંતિથી બેઠાં હતાં. પિતાએ બાળકને પૂછ્યું, "તને શું થયું છે?" બાળક કંઈ બોલ્યું નહીં. તેણે ફક્ત પિતા તરફ જોયું અને હસ્યો.

60
માર્ગ

રસ્તો ક્યાં જતો હતો, એ કોઈને ખબર નહોતી. અંધારામાં ઓળખાતો ન હતો. ક્યારેક ઉંચો ચઢતો, ક્યારેક ઊંડો ખાબોમાં ખસતો. ક્યારેક સીધો, ક્યારેક વળાંક લેતો. રસ્તાની સાથે સાથે એક પ્રવાસી ચાલતો હતો. હાથમાં ફાનસ, પગમાં થાક, પણ મનમાં આશા.

રસ્તો ક્યારેક જંગલમાંથી પસાર થતો, ક્યારેક રણમાંથી. ક્યારેક નદીનાં કાંઠે, ક્યારેક પહાડો પરથી. રસ્તાની મુશ્કેલીઓ હોવા છતાં, પ્રવાસી આગળ વધતો રહ્યો. કારણ કે તે જાણતો હતો કે રસ્તાનાં અંતે એક મંઝિલ હશે.

એક દિવસ, અંધારામાંથી પ્રકાશની કિરણો દેખાવા લાગી. પ્રવાસીએ પોતાનાં પગ ઝડપથી કર્યા. થોડી વારમાં તે એક ખુલ્લા મેદાનમાં આવી પહોંચ્યો. આસપાસ હરિયાળી છવાયેલી હતી. અને મધ્યમાં એક નાનું ઘર. પ્રવાસીએ રાહતનો શ્વાસ લીધો. તેણે પોતાની મંઝિલ શોધી કાઢી હતી.

61
અંતિમ કોશિશ

આખું જીવન તેણે એક જ સપનું સેવ્યું હતું. એક કલાકાર બનવાનું. દિવસ-રાત એણે પોતાનાં કામમાં જાન લગાવી દીધી. પણ સફળતા દૂર-દૂર સુધી ન હતી. નિરાશાએ તેને ઘેરી લીધો હતો. મિત્રો, પરિવાર, બધાં જ તેને સમજાવતા કે હવે છોડી દે. પણ તે માનવા તૈયાર ન હતો.

એક દિવસ, એક જૂની વાત યાદ આવી. એક પ્રખ્યાત કલાકારે કહ્યું હતું કે, "સફળતા એ છેલ્લી કોશિશ પહેલાં જ આવે છે." તેણે નક્કી કર્યું કે આ તેની છેલ્લી કોશિશ હશે.

આખી રાત એણે એક ચિત્ર બનાવ્યું. સવારે જ્યારે તેણે ચિત્ર જોયું ત્યારે તે આશ્ચર્યચકિત થઈ ગયો. એનું ચિત્ર અદ્ભુત હતું. તેણે તે ચિત્ર એક પ્રદર્શનમાં મૂક્યું. અને તે ચિત્રને દરેકે વખાણ્યું. તે આખરે સફળ થયો હતો.

62
કરકસર

મહેશભાઈના ખિસ્સામાં 50 રૂપિયા હતા. બસ સ્ટેન્ડથી નીકળતાં જ એક ચાની કીટલીએ તેમને આકર્ષ્યા. પરંતુ આજે નહીં, આજે નહીં... મનમાં આવું વિચારીને તેઓ ઘરે આવ્યા.

ઘરે આવીને પત્નીએ પૂછ્યું, "આજે ચા પીધી નહીં?"

મહેશભાઈ હસી પડ્યા. "આજે નહીં, આજે નહીં... આપણે બચત કરવી છે ને?"

પત્નીએ કહ્યું, "હા, તમારી આ આદત મને ખૂબ ગમે છે."

રાત્રે સૂતાં પહેલાં રમેશભાઈએ પોતાનાં બચતના ખાતામાં રૂપિયા જમા કર્યા. આનંદથી તેમની આંખો મીંચાઈ ગઈ. એમને લાગ્યું કે આજે તેમણે ખરીદી નથી કરી, પરંતુ એક સપનું ખરીદ્યું છે. એક એવું સપનું જેમાં તેઓ અને તેમનું કુટુંબ સુખી રહેશે.

63
મોજ

ગૌરવને મોજ આવતી. બાળપણથી જ. કોઈ પતંગ ઉડાડતું હોય તો તેને પકડવા દોડતો જતો. કોઈ ઢોલ વગાડતું હોય તો તેની પાછળ જોત જોત જતો. ગામના મેળામાં તો તેની તો જાણે કોઈ અલગ જ દુનિયા હોય.

એક દિવસ ગામમાં નાટક આવ્યું. ગૌરવ ખુશ થઈ ગયો. નાટક જોવા માટે તેણે પોતાનાં બધાં ખિસ્સા ખાલી કરી દીધાં. નાટક શરૂ થયું. ગૌરવ એટલો મસ્ત થઈ ગયો કે જાણે આખું નાટક તેનાં માટે જ રચાયું હોય. નાટક પૂરું થયું પણ ગૌરવની મોજ પૂરી થઈ નહીં.

ધરે આવીને તેણે પોતાના મિત્રોને આખું નાટક વર્ણવ્યું. મિત્રો પણ તેની સાથે મસ્તી કરવા લાગ્યા. ગૌરવને સમજાયું કે મોજ તો માત્ર નાટક જોવામાં જ નથી, પણ તેને મિત્રો સાથે શેર કરવામાં પણ છે.

64
સહનશીલતા

રંગોનો જાદુગર, એવો એક પ્રખ્યાત હતો ચિત્રકાર. દરેક રંગ તેનાં હાથમાં જીવંત થઈ જતો. પરંતુ તેની સૌથી મોટી કળા હતી સહનશીલતાની. દિવસો સુધી એક જ ચિત્ર પર કામ કરતો રહેતો. ક્યારેક બ્રશ ફસાઈ જાય, ત્યારે ક્યારેક રંગો ભળી જાય, પણ તે ધીરજથી સુધારતો રહેતો.

એક દિવસ, એક નાનો છોકરો તેની વર્ક શોપમાં આવી ગયો. છોકરાએ ચિત્રકારના કામને બગાડવાનું શરૂ કર્યું. ચિત્રકારે કંઈ ન કહ્યું. બાળકને સમજાવવાનો પ્રયત્ન કર્યો. છોકરો હજી પણ તોડફોડ કરતો રહ્યો.

છેવટે, ચિત્રકારે છોકરાને પોતાની પાસે બેસાડ્યો અને એક નવું કેનવાસ આપ્યું. છોકરાને પણ રંગોથી રમવાનું શીખવવા લાગ્યો. થોડા સમય પછી, છોકરો એક સુંદર ચિત્ર બનાવવામાં સફળ થયો.

ચિત્રકારે છોકરાને કહ્યું, "દરેક ચિત્રમાં એક નવી શરૂઆત હોય છે. જો ક્યારેક કંઈ ખોટું થાય તો ગભરાવાની જરૂર નથી. ફક્ત શાંતિથી સુધારી લેવું."

65
સમાધાન

શહેરના ધમધમતા બજારમાં એક નાનકડો ચાનો ચૂલો હતો. ચા વાળો, કાકાજી, હંમેશાં સ્મિત સાથે ગ્રાહકોને ચા પીરસતો. એક દિવસ, એક યુવક ગુસ્સાથી ચાની કીટલી પકડીને ફેંકી દે છે. કાકાજી શાંતિથી બોલે છે, "બેટા, ગુસ્સો કરવાથી ચા ઠંડી થતી નથી." યુવક અચંબિત થઈને જાય છે.

ઘણાં દિવસો પછી, એ જ યુવક ફરીથી ચા પીવા આવે છે. આ વખતે તે કાકાજીને કહે છે, "કાકા, તમે એ દિવસે જે કહ્યું હતું એ વાતે તો મારું જીવન બદલી નાખ્યું. હવે હું કોઈપણ પરિસ્થિતિમાં શાંત રહેવાનો પ્રયત્ન કરું છું."

કાકાજી હસીને કહે છે, "બેટા, ગુસ્સો એ આગ છે, જે બધું બાળી નાખે છે. શાંતિ એ પાણી છે, જે આગને બુઝાવે છે."

આ ઘટના બાદ, ચાના ચુલા પાસે હવે ગુસ્સો નહીં, પરંતુ શાંતિનો અનુભવ થતો હતો. કાકાજીની શાંતિએ ઘણાં લોકોનાં જીવનમાં પ્રકાશ પાથર્યો હતો.

66
સંતોષની શોધમાં

સંતોષ એવો મોતી હતો જેને દરેક વ્યક્તિ શોધતો હતો, પણ મળતો નહોતો. એક દિવસ, એક યુવક સંતોષની શોધમાં જંગલમાં ગયો. રસ્તામાં તેને એક વૃદ્ધ મળ્યો. યુવકે પૂછ્યું, "બાબા, સંતોષ ક્યાં મળે?"

વૃદ્ધ હસ્યો અને બોલ્યો, "બેટા, સંતોષ જંગલમાં નથી, તે તારા અંદર છે."

યુવકને આ વાત સમજાઈ નહીં. તેણે ઘણું વિચાર્યું. તેણે જોયું કે આસપાસનાં પક્ષીઓ ખૂબ ખુશ હતાં, ફૂલો ખીલીને પ્રકૃતિની સુંદરતા વધારી રહ્યાં હતાં. તેણે પોતાની અંદર જોયું અને જોયું કે તેની પાસે ઘણું બધું છે. તેની પાસે એક સ્વસ્થ શરીર, એક સારું મન અને પ્રેમાળ પરિવાર છે. પરંતુ તે આ બધું ભૂલીને સંતોષને બહાર શોધતો હતો. તેણે વૃદ્ધની વાતને યાદ કરી અને પોતાની અંદર શાંતિ શોધવાનો પ્રયત્ન કર્યો. થોડાં સમય પછી, તેને અહેસાસ થયો કે સંતોષ એ કોઈ બાહ્ય વસ્તુ નથી, પરંતુ એક અંતરની સ્થિતિ છે.

જ્યારે તેણે પોતાની પાસે જે છે તેની કદર કરવાનું શરૂ કર્યું ત્યારે તે ખૂબ ખુશ થઈ ગયો.

67
કરુણા

બહાર ધોધમાર વરસાદ વરસી રહ્યો હતો. રસ્તા પર પાણી ભરાઈ ગયાં હતાં. એક નાનકડું બાળક, ભીંજાયેલું અને ઠૂંઠવાતું, એક નાનકડા ઝૂંપડાં પાસે બેઠું હતું. તેનાં હાથમાં એક તૂટેલું રમકડું હતું. આંખોમાં આંસુ હતાં, પણ તે ઓછું બોલતું હતું.

આ દ્રશ્ય જોઈને એક વૃદ્ધ મહિલાએ દરવાજો ખોલ્યો. તેણે બાળકને પોતાની પાસે બોલાવ્યું. તેણે બાળકને ગરમ કપડાં પહેરાવ્યાં અને ગરમ દૂધ પીવડાવ્યું. બાળકે મહિલાને જોઈને ગળે લગાડ્યું.

મહિલા બાળકને પોતાની સાથે ઘરમાં લઈ ગઈ. બાળકને જોઈને તેનું હૃદય પીગળી ગયું. તેને યાદ આવ્યું કે તે પણ એક સમયે નાની હતી. તેણે બાળકને પોતાનું બાળક સમજી લીધું.

આ રીતે, અંધારામાં એક દીવો પ્રગટ્યો. એ દીવો હતો કરુણાનો.

68
વ્યાજખોર

રામુનું ખેતર સુકાઈ ગયું હતું. પાણી માટે કૂવા ખોદવા પૈસા જોઈતા હતા. ગામનાં વ્યાજખોર શંકર પાસે જવા સિવાય કોઈ વિકલ્પ ન હતો. શંકરે ઉંચા વ્યાજે પૈસા આપ્યાં, પરંતુ શરત એ કે જો રામુ સમયસર પૈસા ન ચૂકવી શકે તો તેનું ખેતર તેના નામે થઈ જશે.

કૂવો ખોદાયો પરંતુ ચોમાસું ન આવ્યું. રામુ દેવું ચૂકવી શક્યો નહીં. શંકરે રામુનું ખેતર હાંકી કાઢ્યું. હવે રામુ પોતાનાં જ ખેતરમાં મજૂર તરીકે કામ કરતો હતો. સોના જેવો લાગતું ખેતર અને કૂવો રામુ માટે સુવર્ણ ફાંસો બની ગયું હતું.

69

વ્યવસાય

શંકર કાયમ કહેતો, "મારે તો કોઈ મોટું કામ કરવું છે. દુનિયા ફરવી છે." ગાડું ખેંચી ખેંચીને થાકી ગયો હતો. એક દિવસ, એક મોટું જહાજ આવ્યું. શંકરે વિચાર્યું, "હવે તો હું દુનિયા જોઈશ." પરંતુ જહાજના માલિકે કહ્યું, "તું તો માત્ર ગાડું જ ખેંચી શકે છે. જહાજ તો મોટા એન્જિનથી ચાલે છે."

શંકર ઉદાસ થઈને પાછો ગયો. રસ્તામાં એક નાની છોકરીએ એને જોઈને કહ્યું, "તું ગાડું ખેંચીને લોકોને ધણું કામ આપે છે. તું ખૂબ મહત્ત્વનો છે." શંકર હસી પડ્યો. એને સમજાયું કે મોટું કામ કરવું જરૂરી નથી, પણ જે કામ કરીએ છીએ તે સારી રીતે કરવું જોઈએ.

70
સર્જનહારમાં શ્રધ્ધા

એક ગામમાં રહેતા બે મિત્રો, રોહન અને રાજ, દરરોજ સાંજે એક જ ઝાડ નીચે બેસી વાતો કરતા. રોહને હંમેશાં આકાશ તરફ જોઈને વિચારતો કે આ બધું કોણે બનાવ્યું ? આટલી સુંદર દુનિયા, આટલા સુંદર તારા, આટલું સુંદર જીવન... કોણે બનાવ્યું ? રાજ હંમેશાં રોહનના આ પ્રશ્નો પર હસતી. તે કહેતી, "રોહન, આ બધું તો પોતે જ થઈ ગયું હશે ! કોઈએ બનાવ્યું નહીં હોય." એક દિવસ, એક જૂનો સંત તેમની પાસેથી પસાર થયો. રોહને સંતને પોતાનો પ્રશ્ન પૂછ્યો. સંતે મીઠી સ્મિતિ સાથે કહ્યું, "બેટા, આ બધું બનાવનાર એક શક્તિ છે, એક સર્જનહાર છે. જેને આપણે ભગવાન કહીએ છીએ." સંતે રોહનને એક નાનું બીજ આપ્યું અને કહ્યું, "આ બીજને જમીનમાં રોપી દે. અને દરરોજ તેને પાણી આપજે." રોહને સંતની વાત માની અને બીજને રોપ્યું. દરરોજ સવારે તે ઉઠીને બીજને પાણી આપતો. થોડા દિવસો પછી, બીજમાંથી એક નાનો છોડ નીકળ્યો. રોહન દરરોજ છોડને જોતો અને તેની સંભાળ રાખતો. છોડ ધીમે ધીમે મોટો થતો ગયો અને એક સુંદર વૃક્ષ બની ગયો. રોહનને સમજાયું કે જે રીતે એક નાનું બીજ મોટું વૃક્ષ બની શકે છે, તેવી જ રીતે આ સમગ્ર વિશ્વ એક શક્તિશાળી સર્જનહારની કૃતિ છે. રાજ પણ રોહનની વાત સાંભળી અને તેને સમજાયું કે સંત સાચા હતા. તેણે પણ સર્જનહારમાં શ્રદ્ધા રાખવાનું શરુ કર્યુ.

www.ingramcontent.com/pod-product-compliance
Lightning Source LLC
Chambersburg PA
CBHW040828120726
48005CB00012B/1537